गोष्टीरूप हरिपाठ

अनिल म. फडणवीस

नीम ट्री पब्लिशिंग हाऊस, पुणे

गोष्टीरूप हरिपाठ

प्रथम आवृत्ती : ज्ञानेश प्रकाशन, २०१६
द्वितीय आवृत्ती : ज्ञानेश प्रकाशन, २८ मे २०१७
तृतीय आवृत्ती : नीम ट्री पब्लिशिंग हाऊस, ३० एप्रिल २०२४

लेखक : अनिल म. फडणवीस

ईमेल : anil.fadnavis@gmail.com

प्रकाशक :
द्वितीया सोनावणे
नीम ट्री पब्लिशिंग हाऊस,
ईमेल : contact@neemtreelabs.com

अक्षरजुळणी : संगणक प्रकाशन

मुखपृष्ठ : गिरीश सहस्त्रबुद्धे

मुद्रक
प्रतिमा ऑफसेट,
पहिला मजला, देवगिरी इस्टेट,
स.नं. १७/१-ब, प्लॉट नं. १४, कोथरूड,
पुणे – ४११०३८.

ISBN : 978-81-957778-3-9

मूल्य : ३५० रु.

पूजनीय सद्गुरू स्वामी
श्री मकरंदनाथ महाराज
आणि ती. कै. आई व बाबा यांना
सादर अर्पण...

'संग्रही ठेवावे' असे पुस्तक

माझे मित्र श्रीमान अनिल फडणविस हे चांगल्यापैकी लेखक आहेत. योग, विज्ञान, अर्थशास्त्र आणि अध्यात्म हे त्यांच्या आवडीचे विषय आहेत. त्यांच्या स्वभावाला साजेसे पुस्तक 'गोष्टीरुप हरिपाठ' त्यांनी लिहिले. त्याची तिसरी आवृत्ती निघत आहे हे ऐकून खूप आनंद झाला.

हरिपाठातील एकेक अभंग, त्याचा अर्थ, काहीसे विवरण, पण त्याच्याच सोबत त्याला साजेशी कथा हे पुस्तकाचे वैशिष्ट्य आहे. त्यानिमित्ताने किमान सत्तावीस अभंगाला अनुसरून सत्तावीस कथा, प्रत्येकाच्या वाचनात येणारच आहेत पर्यायानी अनुभूतिचे सत्तावीस प्रसंग वाचण्यात येणार हे निश्चित. कथा मनोरंजक आहेत, सोबतच जीवनाच्या विविध पैलूंना धरून आहेत.

त्यामुळे आपोआपच पुस्तक वाचताना, वाचकाचे मूल्यमापन होत असते. स्वयम् मूल्यमापन हा तर अध्यात्माचा गाभा आहे. त्यासाठी पुस्तकातील कथा फारच उपयुक्त आहेत. त्याचा उपयोग, कौटुंबिक प्रबोधनासाठीही (छोट्या मुलांसाठी विशेषत्त्वाने) उत्तम प्रकारे होऊ शकतो. पुस्तकाचा आकार, त्यातील अक्षर व अन्य बाबी देखील छान आहेत.

एकूणच एक छान पुस्तक श्री. अनिल फडणविस यांच्या लेखणीतून उतरले आहे. असेच उत्तम साहित्य त्यांच्याकडून निर्माण व्हावे हीच इच्छा.

'संग्रही ठेवावे' असे पुस्तक 'गोष्टीरुप हरिपाठ' प्रत्येकानी संग्रही ठेवावे ही अपेक्षा.

दिलीप मनोहर सेनाड,
पी एच डी - शिक्षणशास्त्र, लेखक, नागपूर.

श्री. अनिल फडणवीस

स.न.वि.वि.

आपले गोष्टीरूप हरिपाठ हा लघुग्रंथ माझ्या संग्रही आहे व तो मी अनेकदा पूर्ण वाचून काढला आहे. एवढ्या सोप्या भाषेत हा विषय आपण सुंदर हाताळला आहे.

पुणे येथून याची नवी एडीशन निघते हे ऐकून आनंद झाला. अभिनंदन व हार्दिक शुभेच्छा.

आपला शुभचिंतक

म.कृ.आलकरी

लेखक

श्री अनिल फडणविसांचे गोष्टीरूप हरिपाठ पुस्तक वैचारिक असून वारकरी पंथ व सामान्य माणसाला फार उपयोगी होवू शकते असे माझे वैयक्तिक मत आहे

डॉ मधुकर वाघमारे, लेखक

गोष्टीरूप हरिपाठ - पुरस्कार प्राप्त ग्रंथ

१. मातृ मंदिर विश्वस्थ संस्था पुणे यांचा "मराठी संत वाङमय पुरस्कार" सदर पुस्तकाला २२ नोव्हेंबर २०१७ साली प्राप्त झाला आहे.

२. महाराष्ट्र साहित्य परिषद, पुणे यांच्याद्वारे १११ व्या वर्धापन दिन समारंभात 'गोष्टीरूप हरिपाठ' या ग्रंथाला पुरस्कार प्रदान करण्यात

आला. दिनांक २६ मे २०१७ रोजी सागर / वसुंधरा शिरोळे पुरस्कृत डॉ. पुष्पलता शिरोळे पारितोषिक (आहार, आरोग्य, अध्यात्म) या पारितोषिकासाठी सदर ग्रंथाची निवड करण्यात आली.

माननीय अध्यक्ष, साहित्यिक डॉ. रावसाहेब कसबे यांनी ग्रंथकर्त्यांला पुरस्कार व मानपत्र देऊन गौरवान्वित केले होते.

८० ८०

द्वितीय आवृत्ती संबंधी निवेदन

'गोष्टीरूप हरिपाठ' या पुस्तकाच्या पहिल्या आवृत्तीच्या विक्रीतून आलेला सर्व निधी 'वनवासी कल्याण आश्रम' या संस्थेला देण्यात आला. सदर संस्था वनवासी विद्यार्थ्यांसाठी मोफत शिक्षण व छात्रावास यांची सोय करते. तसेच मोफत आरोग्य सेवा, कायदेविषयक सल्ला, वनवासी महिलांना स्वावलंबी बनविण्यासाठी विविध प्रकल्पांचे आयोजन करते. गडचिरोली, मेळघाट सारख्या दुर्गम नक्षलग्रस्त भागात वनवासी कल्याण आश्रमाचे कार्य चालते.

सर्व वाचकांना विनंती करण्यात येते की, पहिल्या आवृत्तीप्रमाणे 'गोष्टीरूप हरिपाठ' या पुस्तकाच्या द्वितीय आवृत्तीला वाचकांनी उदंड, प्रतिसाद द्यावा, जेणेकरून भरीव अर्थसहाय्य 'वनवासी कल्याण आश्रमाला' देण्यात येईल.

आपला विनित

अनिल म. फडणवीस

(ग्रंथकर्ता)

ॐ

प्रस्तावना

श्री. अनिलजी फडणवीस यांनी गोष्टीरूप हरिपाठाच्या पुस्तकाचे हस्तलिखित वाचण्यास दिले आणि झपाटल्यासारखे मी ते दोन दिवसात वाचून काढले. कठीण वाटत असलेला हरिपाठ श्री. अनिलांनी किती सोप्या पद्धतीने समजाविला आहे हे लक्षात आले.

सामान्य मनुष्य कोणत्याही तत्त्वज्ञानाचा गंध नसलेला, अशिक्षित असला तरी घरात राहूनही अनन्यभक्त होऊ शकतो हे हरिपाठाच्या साधनेचे फळ आहे. याच दृष्टीने श्री ज्ञानदेवांनी सर्वांच्या पारमार्थिक कल्याणासाठी हरिपाठाचे अभंग रचिले. अद्वैताचे व भक्तिशास्त्राचे सर्व तत्त्वज्ञान या सत्तावीस अभंगामध्ये भरलेले आहे.

श्री व्यासांनी भगवद्गीता व भागवत यामध्ये सर्वांच्या कल्याणासाठी सहज सुलभ सगुण भक्तीची जी उपासना सांगितली आहे, तीच या हरिपाठाच्या अभंगातून सांगितली आहे. याचा स्वतः अनुभव घेऊन मगच ती ज्ञानदेव सर्वांना सांगत आहेत.

हरिपाठाचे ध्येय हे श्रीहरी प्राप्ती साधणे हे आहे. या नामसाधनेचे वैशिष्ट्य हेच आहे की 'नाम' हे साधन असले तरी ध्येयप्राप्तीनंतर त्याचा त्याग केला जात नाही. नामाचे कार्य कधीच संपत नाही. तुकाराम महाराज म्हणतात त्याप्रमाणे -

"आणि का दुसरे मज नाही आता ।
नेमालिया चित्ता पासूनिया ॥।
पडिले वळण इंद्रिया सकळां ।
भाव तो निराळा नाही दुजा ॥ "

तसेच अनिल फडणवीसांचे आहे. हरिपाठावर लेख लिहून त्यांचे कार्य पूर्ण झाले नाही तर त्यांनी त्याचा ध्यास घेत पुस्तक निर्मिती करण्याचे ठरविले व ते पूर्णत्वास नेण्याचे त्यांचे प्रयत्न स्पृहणीय आहेत.

श्री. फडणवीसांनी या पुस्तकात केवळ हरिपाठाच्या अभंगाचे शब्दश: विवरण न करता दृष्टांताद्वारे म्हणजे गोष्टीरूपाने आतील महत्त्वाचे सिध्दान्त सोप्या शब्दात पटवून देण्याचा प्रयत्न केला आहे. तसेच श्री. फडणवीस हे योग शिक्षक व ध्यान धारणेचे अभ्यासक असल्यामुळे त्यांच्या विवरणात योग ध्यान इ. चे विवेचन अधिक प्रमाणात आहे.

गोष्टीरूप हरिपाठात श्री. फडणवीसांचे अवांतर वाचन व सोशल मिडियाशी असलेली घनिष्ठता लक्षात येते. गोष्टींचा संग्रह हे त्यांचे विशेष आहे. कोणतीही कठीण गोष्ट सोप्या गोष्टीच्या माध्यमातून सांगितली की ती चटकन लक्षात येते. हा आपला नेहमीचा अनुभव लक्षात घेऊन त्यांनी हरिपाठाचे सुंदर असे निरूपण केले आहे.

श्री. फडणवीसांचा आणखी एक विशेष या पुस्तकात लक्षात येतो तो म्हणजे त्यांचा इतर संत वाड्:मयाचा असलेला अभ्यास. तुकाराम महाराज, समर्थ रामदास यांचे जागोजागी त्यांनी दिलेले दाखले याची साक्ष पटवितात. अभंगाचे स्पष्टीकरण करताना वेगवेगळ्या कवींच्या कविताही त्या निरूपणात चपखल बसतील अशाच आहेतं.

आठव्या अभंगाचे विवरण करताना सिनेमाच्या गाण्यापासून तर संतांच्या अनुभवापर्यंत वेगवेगळ्या स्वरूपात लेखन करीत संत संगतीचे महत्त्व त्यांनी अतिशय सुरेख स्पष्ट केले आहे.

या पुस्तकाची भाषा साधी, सरळ, सोपी आहे. सर्वांना समजेल अशा पद्धतीने अनेक माध्यमांचा उपयोग करून त्यांनी हरिपाठ

हरिरूपच केला आहे. वाचकांना हरिपाठाची गोडी लागून हरिनामाचे महत्त्व समजावून देण्यास हे पुस्तक निश्चितच फायद्याचे ठरेल. एका ठिकाणी म्हटले आहे की, "घरामध्ये बदाम खारका यांची पोती भरून ठेवली तरी ते पदार्थ हाडांमासांत जाऊन रक्तामध्ये मिसळत नाही तोपर्यंत त्यांचा उपयोग नाही. त्याचप्रमाणे पुस्तकी ज्ञानाचे पर्यवसान आचरणात आले नाही तर ते व्यर्थ जाते." या पुस्तकाच्या माध्यमातून जनांना तसेच आचरण करण्याची प्रेरणा मिळण्यास हे पुस्तक मार्गदर्शक ठरेल.

प्रा. डॉ. सौ. प्रज्ञा प्रकाश पुसदकर

ॐ

मनोगत

बालपण हे अनुकरणशील असते. लहानपणी प. पू. श्री जनार्दन स्वामींच्या संपर्कात आलो आणि त्यांच्याकडून योगासने शिकलो. सन् १९८० साली नोकरीनिमित्त नांदेडला असतांना आदरणीय भोपटकर गुरुजींकडून नेती, धौती आदी शुद्धीक्रिया व प्राणायाम शिकलो. त्यानंतर ध्यान शिकण्याची इच्छा निर्माण झाली. परंतु कुणीही शास्त्रशुद्ध ध्यान शिकविण्यास गुरू मिळाले नाही. सन १९९९ साली सौ. विनयाताई पुंडले यांनी प. पू. मकरंदनाथ महाराज ध्यान शिकवतील असे सुचविले. सद्भाग्याने त्याच वर्षी प. पू. सद्गुरू मकरंदनाथ महाराज यांचा अनुग्रह मिळाला. तेव्हापासून ध्यान व नाम या साधना नियमितपणे सुरू आहेत.

सन् २००६ साली सेवानिवृत्त होऊन जन्मगावी म्हणजे नागपूरला स्थायिक झालो. प. पू. माधवनाथ बोध प्रसारक मंडळाच्या सत्संग केंद्रात म्हणजे आ. सुलुताई जोग व श्री. देवरसकाकांच्या केंद्रात दर आठवड्यास जात असे. काही काळानंतर स्वावलंबीनगरातील साधक यांच्या सहकार्याने श्री. सुनील पुंडले यांच्या घरी दर बुधवारी १ तास सत्संग केंद्र सुरू झाले. या सत्संग बैठकीत २० मि. ध्यान, १५ मि. प्रवचन, १० मि. नामस्मरण व १५ मि. प. पू. मकरंदनाथ यांचे सीडीवरील प्रवचन ऐकण्याचा कार्यक्रम असे. या कार्यक्रमात १५ मि. हरिपाठावर मी प्रवचन करीत असे.

हरिपाठ हा ग्रंथ लहान असला तरी त्यावर प्रवचन करणे सोपे

नाही असे माझ्या लक्षात आले. माझ्या ज्ञानाच्या कक्षा रुंद होण्यासाठी श्री धुंडामहाराज लिखीत 'हरिपाठविवरण' हा ग्रंथ हवा होता. त्यावेळी स्वामी अगोचरानंद (प. पू. महादेव महाराज) यांचा मुक्काम श्रीक्षेत्र आळंदी इथे होता. त्यांनी हे पुस्तक आणावे असे मला वाटले. परंतु संन्यासी व्यक्तीला कोणतेही काम सांगू नये असे माझ्या मुलीने सौ. शैलजाने मला सांगितल्यामुळे मी त्यांना फोन केला नाही. आश्चर्याची गोष्ट म्हणजे श्री ज्ञानेश्वर महाराजांनी श्री महादेवमहाराजांना प्रेरणा दिली असावी. कारण १५ दिवसाच्या आंत श्री महादेव महाराज नागपूरला आले व त्यांनी सदर ग्रंथ मला दिला. माझ्या दृष्टिने हा एक चमत्कारच आहे.

हरिपाठ हा भक्तीसाधनेतील अनेक गुह्य तत्त्वे उलगडणारा ग्रंथ आहे. हरिपाठावर आ. वेदान्तकेसरी श्री बाबाजी महाराज पंडित यांचा हरिपाठ रहस्य हा ग्रंथ आहे. तसेच आ. ह. भ. प. श्री धुंडामहाराज देगलुरकर यांचा ६२८ पानांचा हरिपाठविवरण हा विशाल ग्रंथ अभ्यासनीय आहे. हरिपाठावरील हे व इतर ग्रंथ वाचतांना असे लक्षात आले की, ज्यांना अध्यात्मशास्त्रात गोडी आहे अशा व्यक्तींना हे ग्रंथ मार्गदर्शन करू शकतात. परंतु सामान्य वाचकांसाठी एखादे सोपे सुटसुटीत पुस्तक लिहिल्यास उपयुक्त होईल. या विचाराने 'गोष्टीरूप हरिपाठ' हे पुस्तक लिहिले आहे.

या पुस्तकासंबंधी काही गोष्टींचा आवर्जून उल्लेख करावासा वाटतो.

१) विविध कथांच्या माध्यमातून हरिपाठाच्या ओवीतील तत्त्व सांगण्याचा प्रयत्न केला आहे. या प्रकारचा प्रयत्न मराठी भाषेत प्रथमच केला असावा.

२) हरिपाठातील विविध ग्रंथात वारकरीपंथाच्या संतलिखितकाव्याचा उपयोग केला आहे. जसे संत श्री ज्ञानदेव,

नामदेव, एकनाथ, तुकाराम, निळोबा महाराज इत्यादी. परंतु रामदासस्वामींच्या काव्यग्रंथातील ओव्यांचा उल्लेख सहसा आढळत नाही. या पुस्तकात वरील संत व रामदासस्वामी यांच्या काव्याचा प्रसंगानुरूप निर्देश केला आहे.

३) सोशल मीडियातील काव्यात रचियेता कवी यांचा उल्लेख सापडत नसल्यामुळे, तो तसा केला नाही याबद्दल क्षमस्व!

४) हरिपाठातील अभंगाच्या संख्येबाबत मतभेद आहेत. काही पुस्तकात २७, २८ किंवा २९ अभंग आढळतात. आदरणीय श्री धुंडाशास्त्री देगलुरकर यांच्या पुस्तकात २७ अभंग आढळतात. प्रस्तुत पुस्तकातही २७ अभंगावर विवरण केले आहे. तसेच हरिपाठातील अनेक अभंगात पाठभेद आढळतात, याची वाचकांनी कृपया नोंद घ्यावी.

५) पुस्तकाची भाषा आजच्या काळाला अनुरूप व रंजक ठेवण्याचा प्रयत्न केला आहे. तरुण मंडळी व इतर सर्वांना सदर पुस्तक आवडेल अशी आशा आहे.

सन् २०१५ साली हरिपाठवर माझे लेख 'लोकशाही वार्ता' या दैनिकात प्रसिद्ध झाले होते. त्याबद्दल लोकशाही वार्ताच्या संपादक मंडळींचा मी ऋणी आहे. पुस्तकाची प्रुफे तपासण्यासाठी सौ. अनुराधा व चि. आशिष यांची मोलाची मदत झाली. श्री. सुनील व सौ. विनयाताई पुंडले यांचाही हातभार या पुस्तकाच्या निर्मितीत आहे.

प्रा. डॉ. सौ. प्रज्ञा प्रकाश पुसदकर या श्री समर्थ सेवा मंडळ, नागपूर या संस्थेच्या अध्यक्षा आहेत. त्यांना या पुस्तकासाठी प्रस्तावना लिहिण्याची मी विनंती केली होती. कार्याच्या अत्यंत व्यस्ततेत असतांनाही त्यांनी त्वरेने या पुस्तकाला प्रस्तावना लिहून दिली. याबद्दल मी त्यांचा ऋणी आहे.

पुस्तकासाठी आवश्यक सूचना व मदत श्री. बोबडे, श्री. वाघमारे व डॉ. सौ. प्रज्ञा पुसदकर यांनी केली त्याबद्दल त्यांचाही मी आभारी आहे.

'गोष्टीरूप हरिपाठ' या पुस्तकासाठी प. पु. सद्गुरू श्री मकरंदनाथ महाराज यांचे आशीर्वाद लाभले आहेत. माझ्याकरिता ही भाग्याची गोष्ट आहे.

पुस्तक प्रकाशनासाठी ज्ञानेश प्रकाशनाचे श्री. काळे व त्यांचा कर्मचारी वर्ग यांचा मी आभारी आहे.

माझ्या अल्पज्ञानामुळे या पुस्तकात काही त्रुटी राहिल्या असल्यास वाचकांनी मला उदार मनाने क्षमा करावी.

अनिल म. फडणवीस

नागपूर

दि.१/६/२०१६

श्री ज्ञानेश्वर महाराजांच्या हरिपाठावर मान्यवर लेखकांनी लिहिलेल्या पुस्तकातील अभंगात अनेक पाठभेद आढळतात. यासाठी 'गोष्टीरूप हरिपाठ' या पुस्तकात हरिपाठाचे अभंग 'हरिपाठ विवरण' - लेखक ह. भ. प. धुंडामहाराज देगलुरकर यांच्या पुस्तकाप्रमाणे घेतले आहेत. याची वाचकांनी नोंद घ्यावी.

अनुक्रमणिका

नांव	:	अनिल मनोहरराव फडणवीस
शिक्षण	:	बी.टेक., ए. टी. ए.
व्यावसायिक पद	:	डाईंग मास्टर
व्यवसाय	:	एम्प्रेस मिल, नागपूर येथे सात वर्षे नोकरी. नांदेड टेक्सटाईल मील्स, नांदेड २८ वर्षे केमिस्ट व डाईंग मास्टर म्हणून कार्य केले.
योगशिक्षण	:	अंबिका योग कुटीर, ठाणे येथील योगशिक्षक परीक्षा उत्तीर्ण. जनार्दन स्वामी योगाभ्यासी मंडळ, येथील 'आसन प्रवेश' परीक्षा पास.
योगशिक्षण	:	२६ वर्षे अंबिका योग कुटीर नांदेड इथे योगशिक्षक म्हणून कार्य केले. सध्या उमानंद सरस्वती जनार्दन स्वामी योगाभ्यासी केंद्र, भेंडे ले-आऊट, नागपूर इथे सन २००६ पासून योगशिक्षक म्हणून कार्यरत. नांदेड इथे अनेक योग शिबिरे व रक्तदान शिबिरांचे आयोजन. रा. स्व. संघ स्वयंसेवक. अनेक सामाजिक मंडळात आध्यात्मिक, सामाजिक विषयांवरील प्रवचन भाषणे, कवीसंमेलनात सहभाग.

लेखन   : दै. तरुण भारत, दै. लोकशाही वार्ता,
दै. प्रजावाणी, योगप्रकाश, उन्मन, संतकृपा
इ. वृत्तपत्रे, मासिके यातून लेख प्रसिद्ध
झाले. आनंद योग (ध्यानासहित) पुस्तकाचे
लेखक.

ॐ

अभंग पहिला

देवाचिये द्वारीं उभा क्षणभरीं

हरिपाठ हा कसा लिहिला गेला, याविषयी एक कथा आहे. नेवाशाहून पैठणला जाताना मुक्ताबाईंनी ज्ञानेश्वराला विनंती केली की, ज्ञानराया साधकासाठी तसेच सामान्य जनांसाठी त्यांचा उद्धार होईल, अशी ग्रंथरचना करा. तेव्हा ज्ञानेश्वरांनी अत्यंत सोप्या भाषेत हरिपाठ लिहिला. ज्ञानेश्वराप्रमाणे अनेक संतांनी हरिपाठ लिहिला आहे. जसे निवृत्तीनाथ, एकनाथ, नामदेव, तुकाराम यांचेही हरिपाठ प्रसिद्ध आहेत. परंतु ज्ञानेश्वरांचा हरिपाठ सर्वतोमुखी आहे. जसे क्रिकेटमध्ये उम्रीगर, द्रविड, सचिन, धोनी इत्यादी बॅट्समन प्रसिद्ध आहेत. पण सर्वात लोकप्रिय बॅट्समन भारतरत्न सचिन तेंडूलकरच!

त्याचप्रमाणे संत निवृत्तीनाथ, एकनाथ, नामदेव, तुकाराम यांच्या हरिपाठापेक्षा संत ज्ञानेश्वरांचा हरिपाठ सर्वात जास्त लोकप्रिय आहे. प्रत्येक वारकरी नित्यनेम म्हणून हरिपाठ म्हणतो, किंबहुना तसा प्रघातच आहे.

ज्ञानेश्वर महाराज हे नाथपंथीय आहेत, हे आपल्याला माहीतच आहे. आदिनाथ, मच्छिंद्रनाथ, गोरक्षनाथ, गहिनीनाथ, निवृत्तीनाथ आणि ज्ञानेश्वर महाराज, ही नाथ परंपरा आहे. नाथपंथीयात योगसाधनेवर लक्ष केंद्रित केले जाते. परंतु श्री गहिनीनाथांनी

निवृत्तीनाथांना योगसाधनेबरोबर हरिनामाची दीक्षा दिली आणि निवृत्तीनाथांनी याच प्रकारची दीक्षा ज्ञानेश्वर महाराजांना दिली. ज्ञानेश्वरांनी याच नामाचा अभ्यास केला. त्याचे फलित म्हणून प्रत्यक्ष भगवंतांनी त्यांना दर्शन दिले आणि हा स्वतःचा अनुभव सांगण्यासाठी त्यांनी हरिपाठाची रचना केली.

हरिपाठ म्हणणे याचा अर्थ हरी नामाचे वारंवार उच्चारण करणे. सर्वसामान्य लोक संसारात आसक्त असल्याने 'हरिपाठ' न करता 'हरि'कडे 'पाठ' करतात. संसारातील विविध विषय हे अंतीमतः दुःखदायक असल्याने शेवटी मानव दुःखी होतो. मात्र हरिपाठ म्हणण्याने हरिचे स्मरण जीवनभर होऊन जीवनात आनंद व मोक्षही मिळतो. संतांचे सांगणे आहे,

मुखी नाम हाती मोक्ष,

ऐसी साक्ष बहुतांची

हरिपाठात एकूण २७ अभंग आहेत. पण पहिला अभंग हा फार महत्त्वाचा आहे, तो अभंग असा आहे.

देवाचिये द्वारी उभा क्षणभरीं ।

तेणें मुक्ति चारी साधियेल्या ॥१॥

हरि मुखें म्हणा हरि मुखें म्हणा ।

पुण्याची गणना कोण करी ॥२॥

असोनि संसारीं जिव्हे वेगु करीं ।

वेदशास्त्र उभारीं बाह्या सदा ॥३॥

ज्ञानदेव म्हणे व्यासाचिये खुणा ।

द्वारकेचा राणा पांडवां घरीं ॥४॥

देवाच्या दारात एक क्षणभर उभे राहिले तरी चारही मुक्ती मिळतात. पण तो क्षण कसा तर ज्या क्षणी नदी समुद्राला मिळते त्यानंतर नदीला तिचे अस्तित्वच राहत नाही असा. पुष्कळ लोक आपण देवळाच्या द्वारात गेलो, पण आपल्याला मुक्ती का मिळाली नाही, याचा विचार करतात. प्रस्तुत अभंगात देवाच्या द्वारात उभा क्षणभरी असे म्हटले आहे. देवाचे द्वार हे हरिनाम आहे. हरिनामाच्या द्वारातून आपण खऱ्या देवाजवळ पोहोचू शकतो. रामदास स्वामी दासबोधात म्हणतात.

देह देऊळ आत्मा देव ।

कोठे धरु पाहता भाव ॥

देव वोळखोनी जीव । तेथीची लावावा ।

देहरूपी मंदिरात हृदयाच्या गर्भगारात देव आत्मरूपाने राहतो. त्याच्याजवळ जाण्यास वाणीने नामाचा आश्रय घ्यावा आणि हे नाम वारंवार सतत घ्यावे. माउली

हरि मुखें म्हणा

हरि मुखें म्हणा

या द्वारे सांगत आहेत. नाम सतत घेण्याने पापाचा नाश होईल आणि अगणित पुण्यसंचय होईल.

पहिल्या अभंगात ' उभा क्षणभरी' सांगितल्याप्रमाणे क्षणभर उभे राहणे म्हणजे काय, हे पाहूया. कारण एक क्षणाने मुक्तीचा कार्यभार कसा साधेल ? याचे उत्तर क्षण हे उपलक्षण आहे. लहान मुलास आजारपणात आई म्हणते की 'बाळा हे औषध आजच तू घे' आणि रोग नाहीसा होईपर्यंत ती रोज असेच म्हणत असते. ज्ञानेश्वरीत भगवान श्रीकृष्ण अर्जुनास म्हणतात,

क्षण क्षण नामस्मरण करण्याने नामाची गोडी लागते आणि संसारातील विषयांची आसक्ती कमी होते. आणि यामुळेच संसारात राहूनसुद्धा जिव्हेने वेगांत नामस्मरण होते. वेदशास्त्रेसुद्धा हात उंचावून हेच सांगत असतात. अखंड नामस्मरणाचे फळ दृष्टान्ताद्वारे चौथ्या चरणात ज्ञानेश्वर महाराज सांगतात, द्वारकेचा राजा भगवान श्रीकृष्ण द्वारका नगरी सोडून पांडवांच्या घरी येतो व त्यांची सर्व कामे करतो, ही गोष्ट व्यास महर्षींनी खुणेने (अनुभवांनी) सांगितली आहे. एकदा अलकनंदा तीरी महर्षी व्यास हे खिन्न होऊन बसले होते. नारद मुनींनी व्यासांना त्यांच्या खिन्नतेचे कारण विचारले. त्यावर व्यास मुनी म्हणाले, 'अठरा पुराणांची रचना केली तरीही मनाला शांती नाही' त्यावर नारदांनी उपाय सांगितला. भगवंताचे गुणवर्णन आणि संकीर्तन सांगणाऱ्या भागवत ग्रंथाची निर्मिती करा. त्यानंतर व्यास मुनींनी भागवत ग्रंथाची रचना केली आणि त्यांना परम शांतीचा लाभ झाला. ज्ञानेश्वर महाराज व्यास मुनींच्या अनुभवाचा (खुणेचा) आधार घेऊन सांगतात. पांडवांनी सतत भगवंताच्या नामाचे स्मरण ठेवल्यामुळे भगवान श्रीकृष्ण पांडवांचे घरी राहतात.

त्याचप्रमाणे नामस्मरण सतत करणाऱ्या भक्तांच्या घरी भगवंत प्रत्यक्ष प्रगट होईल आणि त्याचे जीवन धन्य होईल.

हरिपाठातील देवाचिये द्वारी याचा गूढ अर्थ -

ज्ञानेश्वरांचा हरिपाठ हा ग्रंथ वारकरी संप्रदायात अतिशय प्रिय आहे. दिवसातून एकदा तरी वारकरी हरिपाठाचे पठण करतात. या भक्तीमार्गी छोटेखानी ग्रंथाचे वाचन इतरही अध्यात्मप्रेमी भाविक जन करतात. हरिपाठाच्या पहिल्या अभंगाची रचना वैशिष्ट्यपूर्ण आहे.

देवाचिये द्वारी उभा क्षणभरीं ।

तेणें मुक्ति चारी साधियेल्या ॥१॥

हरि मुखें म्हणा हरि मुखें म्हणा ।

पुण्याची गणना कोण करी ॥२॥

असोनि संसारीं जिव्हे वेगु करीं ।

वेदशास्त्र उभारीं बाह्या सदा ॥३॥

ज्ञानदेव म्हणे व्यासाचिये खुणा ।

द्वारकेचा राणा पांडवां घरीं ॥४॥

नामसाधनेतून ईश्वरप्राप्ती कशी होईल हे ज्ञानदेवांनी हरिपाठ ग्रंथात विस्ताराने सांगितले आहे. विस्तारभयास्तव वरील अभंगातील केवळ दोन चरणाचा अर्थ आपण पाहुया.

देवाच्या दारात केवळ क्षणभर उभे राहिल्याने चारही मुक्तींचा लाभ होतो. त्यासाठी मुखाने हरि हरि असे नाम उच्चारा. त्यामुळे प्राप्त होणाऱ्या पुण्याची गणना कोण करू शकेल ?

श्री ज्ञानदेव हे भक्तसम्राट आहेत तसेच योगी यांचे मुकुटमणी आहेत. ही बाब लक्षात घेतली तर वरील अभंगातील सुरुवातीच्या चार ओळी अभ्यासनीय आहेत.

हरिपाठाच्या पहिल्या अभंगाचा रूढ पद्धतीने सांगितला जाणारा

अर्थ आपण पाहिला. परंतु याचा एक गूढ अर्थ आहे. प्रज्ञावान कवी शब्दांची अशी चमत्कृतीपूर्ण रचना करतात की एकाच काव्याचे दोन अर्थ होतात. नलदमयंती आख्यानातील कथा आहे. नल राजाच्या असामान्य सद्गुणांमुळे, दमयंतीचे प्रेम नलराजावर जडते. नलराजाची प्राप्ती न झाल्यामुळे विरहाने तिची प्रकृती बिघडते. तेव्हा तिची सखी तिला औषध घेण्याविषयी सुचविते. तेव्हा दमयंती उत्तर देते, "औषध नलगे मजला." या वाक्यांचा एक अर्थ होतो- मला औषध नको. आणि दुसरा अर्थ होतो की 'नलराजा' हेच माझे औषध आहे. (औषध 'नल' गे मजला). या कथेप्रमाणे पहिल्या अभंगाचा गुढार्थ पाहुया. सद्गुरू प. पू. श्री मकरंदनाथ महाराजांनी एका प्रवचनात हरिपाठाच्या पहिल्या चार चरणांचा गुढार्थ सांगितला होता.

हरिपाठाच्या या अभंगात पहिला शब्द 'देव' आहे. देव या शब्दाबद्दल श्री रामदासस्वामी दासबोधात सांगतात-

जेणें संसारी घातलें ।

ब्रह्मांड निर्माण केलें ।

त्यासी नाही ओळखिलें

तोचि पतित ॥ द ६ स १ ओ १४ .

ज्या देवाने संपूर्ण ब्रह्मांड निर्माण केले, मानवाला या जगात जन्मास घातले त्याला जर आपण ओळखले नाही तर पतीत होऊ. ज्याने निर्गुण परमात्मा जाणला त्यालाच ज्ञानी म्हणावे.

जाणिजे परमात्मा निर्गुण ।

त्यासीच म्हणावे ज्ञान ।

त्यावेगळे तें अज्ञान ।

सर्व कांही द. ६ स. १ ओ.१९

हरिपाठाच्या तिसऱ्या अभंगात ज्ञानदेवांनी 'त्रिगुण असार, निर्गुण हे सार' असे सांगितले आहे. गीतेच्या चौथ्या अध्यायात, सहाव्या व सातव्या श्लोकात भगवंत सांगतात - "मी जन्मरहित, अविनाशीस्वरूपी आणि समस्त प्राण्यांचा ईश्वर आहे. जेव्हा धर्माचा - ऱ्हास होतो, तेव्हा योगमायेने मी राम, कृष्णादि सगुण अवतार घेतो. *सगुण अवतार घेऊन ज्याचे निर्गुणनिराकारत्व बदलत नाही त्याला देव असे म्हणावे.*

देवाच्या द्वारात क्षणभर उभे राहिले तर या देवाला जाणता येते. देवाचे द्वार काय आहे? देवाचे ' द्वार' म्हणजे ध्यान समयी प्राप्त होणारी 'तुर्या' अवस्था! तुर्या अवस्था समजणे कठीण आहे. उपमेच्या साह्याने समजावून घेण्याचा प्रयत्न केला असता तुर्या ही सागर किनाऱ्यासारखी आहे. सागर किनाऱ्याच्या आधी पायाला वाळू लागते. आणि नंतर किनाऱ्याजवळ पाण्याचा स्पर्श होतो. त्याचप्रमाणे ध्यानाच्या सुरुवातीला जागृत अवस्थेत मी 'देह' हा बोध असतो. परंतु तुर्या अवस्था लाभताच मी 'ब्रह्म' हा बोध होतो.

ध्यान प्रक्रियेत लक्ष आज्ञाचक्रावर केंद्रित केले जाते. आज्ञाचक्र हे शरीराच्या भ्रुकुटीमध्याच्या ठिकाणी असते. स्वस्थ बसून साधक मनाने भ्रुकुटीमध्याच्या ठिकाणी मन केंद्रित करून साक्षिभावाने विचारांकडे पाहतो. साक्षीत्वाचा अभ्यास जमल्यानंतर विचारशून्य अवस्था लाभते आणि मनाचे अमन होते. दीर्घकाळाच्या अभ्यासानंतर अमन अवस्थेनंतर उन्मनी अवस्थेचा लाभ होतो. आणि ध्यान साधकाला आपण जीव म्हणजे परमात्मस्वरूप आहोत ही अनुभूती येते आणि साधक क्रमाक्रमाने चारही मुक्तीचा अधिकारी होतो.

सलोकता मुक्ती याचा अर्थ साधक सद्गुरूंच्या सान्निध्यात राहतो. समीपता मुक्ती याचा अर्थ साधक आपल्या विचारांनी सद्गुरूंशी

एकरूपता साधतो. सरूपता मुक्ती म्हणजे ध्यानाच्या वेळी आणि ध्यान संपल्यानंतर दैनंदिन जीवनांत थोड्याफार प्रमाणात सद्गुरूंशी एकरूपता साधतो. त्यानंतर सायुज्यता मुक्ती प्राप्त झालेली व्यक्ती जीवनातील प्रत्येक कर्मामध्ये आपण ब्रह्मस्वरूप आहोत या भावाची अनुभूती येते. सद्गुरू व ब्रह्म एकरूप असतात हे लक्षात ठेवले पाहिजे.

म्हणोंनी बोलता चालता । निचेष्टित पडले नसता ।

मुक्ती लाभे सायुज्यता । सद्गुरू बोधे ॥

समर्थांच्या या ओवीप्रमाणे साधकाला सायुज्यता मुक्ती लाभते. पण केव्हा ? साधक सद्गुरू बोधाप्रमाणे देवाच्या द्वारात क्षणभर उभे राहण्याची साधना करतो तेव्हा ! देव पहावया गेलो । तेथे देवची होऊनी ठेलो ॥ देव पाहण्याच्या प्रक्रियेचे अंतीम गंतव्य देव होण्यात आहे. हीच गोष्ट नामसाधनेनीसुद्धा होते. त्यामुळे साधकाने दिवसा तास, दोन तास ध्यान करावे आणि उरलेल्या वेळात नामसाधना करावी. ज्या साधकाची प्रकृती ध्यान साधनेला अनुकूल नाही, त्या साधकांना नामसाधनेनेसुद्धा सायुज्यमुक्ती मिळू शकते.

'असोनि संसारीं जिव्हे वेगु करीं' या चरणात ज्ञानदेवांनी संसारी लोकांना विशेष उपदेश केला आहे. संसारी लोकांची अध्यात्माच्या बाबतीत धरसोड वृत्ती असते. 'हरि मुखें म्हणा' याप्रमाणे संसारी जन दिवसभरात थोडा वेळ नामस्मरण करतील आणि नंतर नाम आणि ईश्वराचे पूर्ण विस्मरण संसाराच्या धबडग्यात होण्याची शक्यता असते. यासाठी ज्ञानदेव सांगतात संसारात राहून सतत नामस्मरण कर. (जिव्हे वेगु करीं) याचा अर्थ सांसारिक कर्म करायचे नाही आणि केवळ नामस्मरण करायचे असा होत नाही. कर्म करतानाच मुखी नाम घ्यायचे. 'हाती काम मुखी राम' ही अवस्था साधण्यासाठी नामाबद्दल मनांत गोडी उत्पन्न होणे आवश्यक आहे. जगात

चांगल्यापेक्षा वाईट गोष्टींचे प्राबल्य असल्यामुळे नामाची गोडी मनांत कशी उत्पन्न होईल ? यासंबंधात एका बोधकथेचे स्मरण होते.

भगवान नारायण ज्या शेषावर आराम करतात, त्या शेषाची एकदा प्रकृती बिघडली. भगवंताने देवांचे वैद्य आश्विनीकुमार यांना पाचारण केले. आश्विनीकुमारांनी औषध दिले. परंतु औषध घेऊनही शेषाची तब्येत सुधारली नाही. पुनश्च आश्विनकुमार आले आणि त्यांनीच भगवंताला विचारले की योग्य औषध देऊनही शेषाची तब्येत कां सुधारली नाही. भगवंतानी सांगितले की शेषाची नजर त्या औषधावर पडल्यामुळे ते औषध विषारी होते आणि औषध उपचाराचे कार्य करीत नाही. तेव्हा त्याच्या डोळ्यांवर पट्टी बांधून त्याला औषध द्यावे. त्याप्रमाणे आश्विनीकुमारानी केले आणि शेषाची प्रकृती ठीक झाली.

आज सिनेमा, टी.व्ही., फेसबुक, व्हाटस्अप, सोशल मीडिया याद्वारे आपल्यावर चांगल्यापेक्षा वाईट संस्कार जास्त झाले आहेत व आपली नजर शेषाप्रमाणे विषारी झाली आहे. तेव्हा जीवनात तास, अर्धातास तरी डोळे मिटून एकाग्रतेने नाम घेतले तर अभूतपूर्व शांती लाभते आणि नामाची गोडी मनात झिरपते. मधूराद्वैताचार्य गुलाबरावमहाराज सांगतात की मी परमार्थविषयी डोळस व जगाविषयी आंधळा आहे. श्री ज्ञानेश्वरमहाराज समाधीत डोळे लावून बसलेले आहेत. भगवान शंकर स्मशानात डोळे लावून ध्यानमग्न आहेत. तेव्हा परमार्थात काही काळ डोळे मिटून नामसाधना करणे हितावह ठरते. स्वस्थ बसून, डोळे मिटून नामसाधना एकाग्रतेने केल्यास नामाची गोडी आनंदाच्या रूपात अनुभवास येते. एकदा का अशी नामाची गोडी लागली की संसारात कर्मे करतांनाही नामांचे उच्चारण आपोआप विनासायास होऊ लागते. हरिनाम मनांत, बुद्धीत व अंतरात ठसेल. शेवटी प्रत्येक श्वासाबरोबर नाम उच्चारिले जाईल आणि काही काळाने साधक पूर्णपणे ईश्वराशी एकरूपतेच्या स्थितीत जातो. त्यावेळी आपल्या देहापासून अलिप्त होऊन तो स्वस्वरूपाशी

समरस होतो. आत्मस्वरूपाच्या अनुभूतीमुळे देहाला चिकटलेल्या पापपुण्य भावनांच्या पलिकडे तो जातो. साधक दशेतून होणाऱ्या नामसाधनेने व सत्कर्ममुळे अमाप पुण्याचा संचय झाला, तरी तो त्याला महत्त्व देत नाही. पुण्य हे त्याच्या ऐहिक व पारलौकिक जीवनात शून्य बनते. म्हणून ज्ञानदेव म्हणतात

'पुण्याची गणना कोण करी'

शेवटी एक लक्षात ठेवावे. जीवनात नामसाधना सुरू होणे हे सृष्टीत वसंतऋतु येण्याप्रमाणे आहे. वसंतऋतु सृष्टीत येताच सर्वत्र हिरवीगार पालवी दिसते.. डेरेदार आम्रवृक्षाला मोहोर येऊन त्याचा घमघमाट आसमंतात दरवळतो. काही काळाने आम्रवृक्षाला येणाऱ्या पिवळ्याधम्मक टपोऱ्या आंब्यांनी जनजीवन तृप्त होते. त्याचप्रमाणे जीवनात एकदा नेमाने नामसाधना सुरू झाली की साधकाला जीवनात घडणाऱ्या प्रत्येक घटनेत इष्ट स्वरूपाचे सुखावह दर्शन होते. जीवनाला आनंदाच्या मोहोराचा सुगंध येतो. आणि सतनामरूपी आम्रवृक्षाला लागणाऱ्या हरिप्रेम फळांनी श्रांत, क्लान्त सामान्यजनांना शांती लाभते.

ॐ

अभंग दुसरा

चहूं वेदीं जाण साहि शास्त्रीं कारण

संत गोंदवलेकर महाराजांच्या जीवनातली एक घटना आहे. महाराज एकदा अयोध्येस आले असता, त्यांची रामशास्त्री नावाच्या पंडिताशी भेट झाली. रामशास्त्री वेदान्त शास्त्राचे पंडित होते. परंतु त्यांचा भगवंताच्या नामस्मरणावर विश्वास नसल्यामुळे ते गोंदवलेकर महाराजांशी नामाच्या प्रभावाबद्दल वादविवाद करीत असत. एके दिवशी संध्याकाळी रामशास्त्री व त्यांची पत्नी नदीवर फिरायला गेले. तेथे दोघांनी भरपूर टरबूज खाल्ले. रात्री अकरानंतर शास्त्रीबुवांच्या बायकोला जुलाब होऊ लागले. गावातल्या वैद्याचा औषधोपचारसुद्धा व्यर्थ दिसायला लागला, कारण त्यांच्या पत्नीची तब्येत अतिशय गंभीर झाली.

यावेळी शास्त्रीबुवांना महाराजांच्या उद्गाराची आठवण झाली. महाराज म्हणत असत, 'अहो, शास्त्रीबुवा रामनामाने भवरोग नाहीसा होतो, तर देहाचा रोग नाहीसा होणार नाही काय ?' शास्त्रीबुवांनी बायकोजवळ बसून नामस्मरणाला सुरुवात केली. काही वेळांनी त्यांच्या बायकोची तब्येत सुधारली. सकाळी शास्त्रीबुवा महाराजांकडे आले. साष्टांग प्रणिपात केला आणि काल रात्रीची हकिकत सांगून

मंत्रदीक्षा देण्याची प्रार्थना केली. महाराजांनी पती-पत्नींना रामनामाची दीक्षा दिली. या गोष्टीचे तात्पर्य हेच आहे की, धर्मशास्त्राचे, वेदशास्त्राचे पंडित असूनही जर ईश्वराचे नामस्मरण केले नाही, तर ते व्यर्थ आहे. नेमकी हीच गोष्ट ज्ञानेश्वर महाराज हरिपाठाच्या दुसऱ्या अभंगात सांगत आहेत .

चहूं वेदीं जाण साहि शास्त्रीं कारण ।

अठराहि पुराणें हरिसी गाती ॥१॥

मंथुनी नवनीता तैसें घे अनंता ।

वायां व्यर्थ कथा सांडी मार्गु ॥२॥

एक हरी आत्मा जीवशिवसमा ।

वायां तूं दुर्गमा न घालीं मना ॥३॥

ज्ञानदेवा पाठ हरि हा वैकुंठ ।

भरला घनदाट हरि दिसे ॥४॥

चार वेद आणि सहा शास्त्रे यांनी या विश्वाचा कर्ता हरि आहे, हे प्रतिपादन केले आहे. ऋग्वेद, यजुर्वेद, अथर्ववेद आणि सामवेद असे वेदांचे चार विभाग आहे. तसेच न्याय, वैशेषिक, सांख्य, योग (पातंजल), पूर्वमीमांसा आणि उत्तरमीमांसा ही सहा शास्त्रे आहेत. या सर्व शास्त्रांचा 'ब्रह्म सत्यं जगन्मिथ्या । जीवो ब्रह्मैव नापरः ।' हा सिद्धांत आहे. तसेच विष्णू पुराण, शिव पुराण, वायू पुराण याप्रमाणे अठरा पुराणे आहेत. सर्व पुराणांची श्लोक संख्या चार लक्ष आहे. प्रत्येक पुराणात त्या त्या देवतेची स्तुती आहे. यालाच ज्ञानेश्वर माऊली 'अठराहि पुराणें हरिसी गाती' असे म्हणते. सर्व वेद, शास्त्रे आणि पुराणे एकमुखाने सांगतात की, नामसंकीर्तनाने पातकांचा नाश होतो. सर्व दुःखांचा नाश होतो, इतकेच नव्हे; तर ईश्वराची प्राप्तीसुद्धा होते.

दह्याचे मंथन केल्यानंतर आपण सारभूत असे नवनीत घेतो. त्याचप्रमाणे या वेद, शास्त्र व पुराणातील सारभूत तत्त्व ईश्वर आहे, त्याला आपण आत्मसात केले पाहिजे. वेद शास्त्रे, पुराणे यामध्ये अनेक देवदेवतांची साधना सांगितली आहे. त्यामुळे साधकाला नेमका कोणता नाममंत्र जपावा हे समजत नाही. जसे आगगाडीच्या इंजिनासमोर उभे राहिले तर गाडीच्या डब्ब्यांची लांबी कळत नाही. इतकेच काय आपल्याला कोणत्या डब्ब्यातून प्रवास करावयाचा आहे हे कळत नाही. ते आपल्याला गाडीचा कंडक्टरच सांगतो. त्याचप्रमाणे या वेद, शास्त्र, पुराणातील असंख्य लांबलचक साधना यादीतील नेमका आपला इष्टमंत्र सद्गुरूच सांगतात.

ज्ञानेश्वर महाराज तिसऱ्या चरणात ईश्वराला अनंत या नावाने संबोधतात. अनंत याचा अर्थ ज्याला अंत नाही. व्यापक, नित्य, सर्वात्मा आणि देशकालवस्तूंनी अपिरिछिन्न आहे, असा केवळ ईश्वर आहे.

वेद, पुराणात काही वादग्रस्त भाग आहे, तर काही क्लिष्ट प्रमेये आहेत. त्याचा विचार न करता तू, केवळ ईश्वर आणि त्याची प्राप्ती याचाच विचार कर. मात्र व्यवहारात नेमके उलट दिसते. संसारात मनुष्य ईश्वर सोडून घरदार, पैसा - अडका यासारख्या भौतिक सुखाच्या पाठीमागे लागून शेवटी दुःखी होतो. याबाबत एका विनोदाची आठवण येते. एक सरदारजी आपल्या मित्राला सांगतो की, काल रात्री मला चोरांनी लुटले आणि मी कंगाल झालो. त्यावर त्याचा मित्र म्हणतो, 'अरे, तुझ्याजवळच्या पिस्तुलाचा उपयोग तू कां नाही केला?' त्यावर सरदारजी सांगतो, 'तुला मघा एक सांगायचे राहिले. मी पिस्तुल कोटाच्या आंतल्या खिशात लपवून ठेवल्यामुळे, ते चोरीला गेले नाही.' हा विनोद आहे खरा, पण प्रत्यक्षात आपल्या जीवनातही असेच घडते. आपण प्रत्येक व्यक्ती जीवनात कसे सुखी नाही हे सांगत असतो. परंतु आपल्याजवळ असलेल्या रामनामाच्या

मंत्ररूप अस्त्राचा वापर न केल्यामुळे आपण दुःखी असतो.

'एक हरी आत्मा जीवशिवसमा, वायां तूं दुर्गमा न घालीं मना' या तिसऱ्या चरणात माऊलीनी एक सिद्धांत आणि नामस्मरणाचे महत्त्व सांगितले आहे. माऊली म्हणते, प्रत्यक्ष हरी आत्मरूपाने प्रत्येक प्राणिमात्रात आहे आणि तत्त्वरूपाने तो सारखा आहे. गीतेच्या १८ व्या अध्यायात हेच सांगितले आहे. 'प्राणिमात्रांच्या हृदयांत । ईश्वररूपे मी वास करीन.' ईश्वराची प्राप्ती, योग, यज्ञयाग, सांख्ययोग, नामस्मरण यासारख्या मार्गांनी होते. परंतु **बिकट वाट वहिवाट नसावी, धोपट मार्गा सोडू नको । संसारामध्ये ऐस आपुला उगाच भटकत फिरू नको ॥** या काव्याच्या ओळीप्रमाणे अवघड मार्ग सोडून नामस्मरणाच्या सोप्या मार्गाने अवलंबन करावे.

वैकुंठ या शब्दाचा उल्लेख चौथ्या चरणात आला आहे. वैकुंठ हे भगवंताच्या सहस्र नामांपैकी एक आहे. या वैकुंठरूप हरीचा जप ज्ञानदेवांनी केला आणि नामस्मरणाची फलश्रुती म्हणजे सर्व विश्वात तो प्रत्येक ठिकाणी दिसू लागला. अध्यात्मातील ही सर्वश्रेष्ठ अनुभूती ज्ञानदेवांना केवळ नामस्मरणाने लाभली आहे. हीच गोष्ट ज्ञानेश्वरीत माऊली सांगतात.

चित्त चैतन्या पाडता मिठी ।

दिसे हरिरूप अवघी सृष्टी ॥

वैकुंठ या शब्दाचा दुसरा अर्थ होतो, विष्णूचे निवासस्थान. ज्ञानदेवांनी हरिपाठ अखंड केल्याने त्यांच्या हृदयात विष्णू विराजमान झाले. म्हणजे त्यांचे हृदय वैकुंठ झाले. साहजिकच त्यांना जळी स्थळी हरीचे दर्शन होऊ लागले. सर्व संतांना या सर्वश्रेष्ठ अनुभूतीची प्रचीती येते.

रामकृष्ण परमहंस यांच्या चरित्रातील एक प्रसंग आहे. स्वामी ब्रह्मानंद (रामकृष्ण मिशनचे पहिले अध्यक्ष) हे तरुणपणी

रामकृष्णांना भेटून आपल्या आध्यात्मिक शंका विचारीत असत. एकदा स्वामी ब्रह्मानंदांनी रामकृष्णांना विचारले. ईश्वर सगुणात असतो तसा निर्गुणही असतो काय ? रामकृष्णांनी होय असे उत्तर दिले. नंतर स्वामी ब्रह्मानंदांनी विचारले जर ईश्वर चराचरात भरला असेल तर या खोलीतील पलंगात आहे काय ?

रामकृष्ण म्हणाले, या पलंगातच काय, पेल्यात, वाटीत आणि इतरत्र सर्वत्र तोच एकमात्र आहे. ब्रह्मानंद स्वामी उत्तरले, 'महाराज तुम्ही जे बोलता ते मला काहीच समजत नाही, त्यावेळी रामकृष्णांनी प्रेमभरल्या नजरेने ब्रह्मानंद स्वामीकडे पाहिले आणि आश्चर्य म्हणजे स्वामी ब्रह्मानंदांना सर्वत्र ईश्वराच्या चैतन्याची प्रचीती आली आणि त्यांचे हृदय आनंदाने भरले. स्वामी ब्रह्मानंदांनी पुढे हीच उच्चतम सिद्ध अवस्था आपल्या दीर्घ कठोर साधनेने उत्तर आयुष्यात प्राप्त करून घेतली.

सर्वसामान्य साधकांना अखंड नामस्मरणाने **'जळी स्थळी पाषाणी, म्यां देखीला चक्रपाणी'** ही आध्यात्मिक अनुभूती प्राप्त होऊ शकते.

ॐ

अभंग तिसरा

त्रिगुण असार निर्गुण हें सार

मानवाला पडणाऱ्या गूढ जटील प्रश्नांचा विज्ञान आणि अध्यात्म शास्त्र शोध घेतात परंतु या दोन शास्त्रांचे मार्ग भिन्न आहेत. उदाहरणार्थ विश्वनिर्मितीचा शोध अध्यात्माने फार आधी लावला आहे. विज्ञान या प्रश्नाचा अजूनही शोध घेत आहे. सगळ्यात किचकट आणि खर्चिक प्रयोग जगभरातल्या हजारो वैज्ञानिकांनी मिळून दोन वर्षांपूर्वी केला. हा प्रयोग फ्रेंच व स्वीस देशाच्या सीमेवर असणाऱ्या आल्प्स पर्वताच्या खाली भुयारात केला गेला.

केर्न लार्ज हॅड्रान कोलायडर या सयंत्राद्वारे वैज्ञानिकांनी प्रयोग केला. या प्रयोगातून देवकण सापडल्याचा शोध लावला. याच देवकणाला हिंग्ज बोसॉन पार्टिकल नावांचा मूलकण असे म्हणतात. हा मूलकण निसर्गातील प्रथम मूलकण आहे आणि यानंतर विश्व निर्मिती झाली, असा वैज्ञानिकांचा दावा आहे. मात्र सर्व वैज्ञानिकात याबाबत एकवाक्यता नाही.

भारतीय अध्यात्मात विश्वाची निर्मिती कशी झाली, याबाबत ठाम भूमिका आहे. विश्वाच्या निर्मितीचा उल्लेख करून मानवाने आपल्या हितासाठी काय करावे, हे हरिपाठाच्या तिसऱ्या अभंगात सांगितले आहे.

त्रिगुण असार निर्गुण हें सार ।

सारासार विचार हरिपाठ ॥१॥

सगुण निर्गुण गुणाचें अगुण ।

हरीवीण मन व्यर्थ जाय ॥२॥

अव्यक्त निराकार नाहीं ज्या आकार ।

जेथोनी चराचर हरिसी भजे ॥३॥

ज्ञानदेवा ध्यानीं रामकृष्ण मनीं ।

अनंत जन्मोनी पुण्य होय ॥४॥

त्रिगुण याचा अर्थ सत्त्व, रज, तम हे गुण. ईश्वराने विश्व निर्माण केले, त्याची संगती अशी आहे. प्रथम परब्रह्माने माया निर्माण केली. या मायेला प्रकृती असे संबोधतात. प्रकृतीपासून त्रिगुण निर्माण झाले. आणि समस्त विश्व हे या त्रिगुणांचे व्यक्त स्वरूप आहे.

'सत्त्वा रजस्तम इति गुणाः प्रकृतीसंभवाः' गीता (१४ - ५). त्रिगुणातील गुण शब्दाचा मूळ अर्थ बंधन किंवा पाश आहे. मानवाला त्रिगुण मोहांत अडकवितात आणि त्यामुळे त्याला परमेश्वराच्या शुद्ध स्वरूपाचा साक्षात्कार होत नाही. परंतु भगवंताचे निर्गुण स्वरूप हे त्रिगुणांच्या अतित असल्यामुळे ते सर्वकाळी निर्विकार राहते, त्याला क्षय किंवा नाश नाही म्हणून ते सार आहे.

मानवी देह हा त्रिगुणात्मक असल्यामुळे नाशिवंत आहे आणि या देहातील आत्मा अविनाशी असल्यामुळे सार आहे. तेव्हा मानवाने ऐहिक वैभव, पैसा अडका यात जास्त लक्ष न देता हरिस्मरण करावे. कारण त्याने परमात्मा प्राप्ती किंवा आत्म साक्षात्कार होईल. तिसऱ्या चरणात ज्ञानदेव म्हणतात, 'सगुण निर्गुण गुणाचें अगुण' म्हणजे जे गुणरहित साकार आहे ते सगुण, व जे गुणरहित निराकार आहे ते निर्गुण एकच आहे. कारण दोघांतही हरि सामावलेला आहे. एकनाथी

भागवतात संत एकनाथ महाराज म्हणतात,

माझे स्वरूप निजनिर्गुण ।

अथवा वैकुंठीचे सगुण ।

दोन्ही एकचि निश्चयें जाण ।

सगुण निर्गुण समसाम्य ॥

संतांनी ईश्वराचे वर्णन परिपूर्ण केले आहे. परंतु वेदग्रंथ ईश्वराचे वर्णन करण्यात अयशस्वी झाले आहेत. **ज्याप्रमाणे मातेच्या उदरातील नऊ महिन्याचा गर्भ परिपूर्ण असला तरी तो मातेचे वय सांगू शकत नाही. किंवा समुद्रातील विशाल शार्क मासा समुद्रांची लांबी सांगू शकत नाही. त्याप्रमाणे वेदातील ज्ञान पृथ्वीसारखे विशाल व सागरासारखे गहन असले तरी भगवंताचे समग्र वर्णन करू शकत नाही.**

सामान्य माणसाला तत्त्वज्ञानाद्वारे ईश्वराच्या सगुण निर्गुण रूपाचा बोध होणे कठीण आहे. परंतु संतचरित्राचा मागोवा घेतला तर ते शक्य आहे. आधुनिक काळातील पावसचे संत स्वामी स्वरूपानंद यांच्या जीवनचरित्रातील घटनांवरून आपल्याला मार्गदर्शन मिळू शकते. स्वामी स्वरूपानंदांचे पूर्वाश्रमीचे नाव रामचंद्र गोडबोले होते. त्यांना अप्पा या नावाने सर्वजण ओळखत असत.

आप्पांना पुण्यातील नाथपंथीय सद्गुरु बाबा महाराज यांच्याकडून सोहं साधनेची दीक्षा मिळाली होती. सोहं साधनेचा आप्पा नियमित अभ्यास करीत होते. सन १९३० मध्ये आप्पांनी इंग्रज राजवटीविरुद्ध रत्नागिरी येथे सत्याग्रह केला. अटक करून त्यांना इंग्रजांनी येरवडा जेलमध्ये ठेवले. तुरुंगातही आप्पांची साधना तीव्रतेने सुरू होती. या तुरुंगातच त्यांना निर्विकल्प समाधी लागली. निर्विकल्प समाधी म्हणजे ईश्वराच्या निर्गुण रूपाचा अनुभव ! या दैवी अनुभवानंतर सद्गुरुंनी आप्पाचे नाव स्वरूपानंद ठेवले.

यानंतर इ.स. १९४१ सालापासून स्वामी स्वरूपानंदांना ईश्वराचे सगुण दर्शन व्हावे याचा ध्यास लागला. सन १९४२ साली स्वामी स्वरूपानंद आपल्या घराच्या पडवीत ध्यानस्त असताना अचानक शंख, चक्र, गदा, पद्मधारी श्री विष्णूचे दर्शन झाले. या दिव्य अनुभवाचे त्यांनी काव्यात वर्णन केले आहे.

रूप चतुर्भुज सुंदर सावळे ।

आजि म्यां देखिले श्रीहरीचे ॥१॥

चरण सुकुमार कांसे पितांबर ।

वैजयंती हार कंठी साजे ॥२॥

सुहास्य वदन राजीव लोचन ।

मस्तकी भूषण मुकुटांचे ॥३॥

शंख चक्र गदा पद्म करीं शोधें ।

सन्मुख हे उभे स्वामी म्हणे ॥४॥

स्वामी स्वरूपानंदांप्रमाणे साधना केली तर प्रत्येकाला ईश्वराच्या सगुण निर्गुण रूपाचा अनुभव येणे शक्य आहे.

ईश्वराने विश्व निर्माण केले. तसेच मानवासाठी अन्न, जल व इतर भोगसामुग्री उपलब्ध केली. इंद्रियांचा गुलाम होऊन मानव भोगासक्त झालेला आहे. मृगजळाकडे हरिणाची धाव तृष्णा मिटविण्याच्या दृष्टीने व्यर्थ असते.

त्याचप्रमाणे अनित्य, दुःखकारी विषयाद्वारे मानवाला अंतिमतः दुःखच प्राप्त होते. यालाच ज्ञानदेव 'हरिविणें मन व्यर्थ जाय' असे म्हणतात. केवळ हरिचरणी मन असता परमानंद होतो, असे ज्ञानदेवाप्रमाणे तुकाराम महाराज म्हणतात.

अव्यक्त निराकारापासून चराचर विश्व निर्माण झाले, असे माऊली म्हणते. परंतु हे कसे झाले, हा प्रश्न सामान्य माणसांच्या मनात येणे साहजिक आहे. याचे उत्तर उपनिषदातील एका कथेवरून मिळते.

उद्दालक नावाच्या गुरूंना त्यांचा शिष्य श्वेतकेतू हा अव्यक्त निराकारातून विश्व कसे निर्माण झाले, हा प्रश्न विचारतो. तेव्हा गुरू पर्णकुटीसमोर असलेल्या एका झाडाचे फळ घेऊन ये, असे सांगतात. गुरू शिष्याला फळ फोडून काय आहे? असे विचारतात. श्वेतकेतू उत्तर देतो, या फळात असंख्य बिया आहेत.

गुरू केवळ एक लहान बी फोडून आंत काय दिसते, असे विचारतात. श्वेतकेतू सांगतो बीच्या आंत काही नाही, केवळ पोकळी आहे. आता गुरू सांगतात, ही पोकळी निराकार आहे आणि या निराकार पोकळीतून बीज निर्माण झाले. तसेच या बीजापासून हा महान वृक्ष निर्माण झाला. याचप्रमाणे निराकारापासून सारे विश्व निर्माण झाले.

याचाच अर्थ निराकारापासून सर्व विश्वात परमेश्वर ओतप्रोत भरला आहे. ज्यांना परमेश्वराची ओळख पटली नाही, त्यांना केवळ विश्व दिसते.

संतांना मात्र परमात्मा सर्वत्र दिसतो. संत तुकाराम महाराज म्हणतात,

श्री ज्ञानदेवांनी या अभंगात कर्माच्या आधारे पुनर्जन्माचा सिद्धांत सांगितला आहे. मनुष्य जे चांगले वाईट कर्म करतो, त्याचप्रमाणे त्याला पुढील जन्म मिळतो. ज्या व्यक्तीचा चांगल्या कर्माद्वारे पुण्यसंचय झाला आहे, त्यांना चालू जन्मी निष्काम भावाने हरिभक्ती करण्याची सुबुद्धी होईल.

स्वतःचा दाखला देऊन ज्ञानदेव म्हणतात की, मागील अनेक जन्मात पुण्यसंचय केला म्हणून माझ्या ध्यानी मनी हरी आहे. संत तुकाराम महाराजही आपल्या विठ्ठलभक्तीचे श्रेय पूर्वजन्मातील पुण्यसंचयाला देतात.

बहुत सुकृताची जोडी

म्हणूनी विठ्ठल आवडी ।

आपणही आपल्या या जन्मात हरीचे गुणगाण करून सुखी होऊ या. आपल्या उत्तम पुनर्जन्माची ती नांदी ठरेल, यात संशय नाही.

ॐ

अभंग चौथा

भावेंवीण भक्ति भक्तीवीण मुक्ति

स्वामी राम यांच्या पूर्व आयुष्यातील घटना आहे. तरुणपणी स्वामी राम यांच्या मनात अशी इच्छा होती की मला याच जन्मी मुक्ती मिळावी. त्यासाठी त्यांनी त्यांच्या गुरुजवळ संन्यास दीक्षा द्यावी अशी विनंती केली. गुरुंनी त्यांना संन्यास दीक्षा दिली. नाममंत्राचा अखंड जप व सद्गुरूच्या आज्ञेचे पालन याप्रमाणे जीवन जगण्याचा त्यांनी निश्चय केला. त्यांच्या गुरूंनी त्यांना भिक्षा मागून आपला उदर निर्वाह करण्यास सांगितले. त्यांनी गावात जाऊन पुष्कळ घरी भिक्षा मागितली. स्वामी राम यांना एकही घरी भिक्षा मिळाली नाही. उलट तरण्याबांड माणसाने भिक्षा मागू नये, काही कामधंदा करावा असा उपदेश गावातील लोकांनी केला. त्यांनी ठरविले जर ईश्वर सर्वांची काळजी घेत असेल तर माझीही काळजी तोच घेईल. असा विचार करून ते गंगाकिनारी जप करीत बसले. परंतु त्या दिवशी त्यांना कोणतीही भिक्षा न मिळाल्यामुळे उपाशी राहावे लागले. दुसरा, तिसरा दिवसही उपवासातच त्यांना राहावे लागले. त्यांनी मनात विचार केला की ईश्वर माझी जर परीक्षा घेत असेल तर त्यात मी उत्तीर्ण होईल. या निश्चयाप्रमाणे भिक्षा न मागता ते जप करीत गंगाकिनारी बसून राहिले. उपवासाच्या तेराव्या दिवशी गंगामातेने

त्यांना एक दिव्य कटोरा दिला. या कटोऱ्याची विशेषता म्हणजे स्वामी राम यांच्या मनांत जो पदार्थ खाण्याची इच्छा होईल तो पदार्थ या कटोऱ्यातून प्राप्त होत असे. काही दिवस या कटोऱ्याच्या किमयेवर त्यांनी उदरनिर्वाह केला. पुढे गुरूच्या आज्ञेप्रमाणे त्यांनी तो दिव्य कटोरा 'इंद न मम्' या भावनेने गंगेला अर्पण केला. त्यांच्या उत्कट गुरू भक्ती व अखंड नामजपामुळे त्यांना जीवनात मुक्ती मिळाली. ईश्वर प्राप्त होण्यासाठी उत्कट भाव हवा अन्यथा मुक्ती मिळणे अशक्य आहे ही गोष्ट ज्ञानदेव या अभंगात सांगत आहे.

भावेंवीण भक्ति भक्तीवीण मुक्ति ।

बळेंवीण शक्ति बोलूं नये ॥१॥

कैसेनि दैवत प्रसन्न त्वरीत ।

उगा राहें निवांत शिणसी वायां ॥२॥

सायास करीसी प्रपंच दिननिशीं ।

हरीसी न भजसी कवण्या गुणें ॥३॥

ज्ञानदेव म्हणे हरिजप करणें ।

तुटेल धरणे प्रपंचाचें ॥४॥

भाव याचा अर्थ परमेश्वराबद्दल वाटणारी आपुलकी, अत्यंत प्रेम आणि परम प्रेमाने प्रगटणाऱ्या भाव प्रवाहास भक्ती असे म्हणतात. या संसारात सर्वच व्यक्ती भक्ती करतात. परंतु बहुतांश व्यक्तिंची भक्ती सांसारिक कामना हेतू पूर्तीसाठी असते. कुणी अपत्य प्राप्तीची, कुणी परीक्षेत यश प्राप्तीसाठी तर कुणी नोकरी, धंदा, लग्न इत्यादी बाबतीत कामना धरून ईश्वराची आराधना करतात. काही व्यक्ती २१ वेळा निर्जला एकादशी, १०८ वेळा सत्यनारायण पूजा इत्यादी व्रताचा गाजावाजा करून आपल्या भक्तीचे प्रदर्शन करतात. परमेश्वर अंतर्यामी असल्याने कुणाची सकाम भक्ती व कुणाची निष्काम भक्ती हे बरोबर ओळखतो आणि तसे फळ त्यांना देतो.

ज्याप्रमाणे सागर हा नद्यांना दूर लोटत नाही, आई मुलांचा त्याग करीत नाही, त्याप्रमाणे ईश्वर हा भक्तांचा अव्हेर करीत नाही. ही गोष्ट सूर्यप्रकाशाइतकी स्वच्छ आहे. मात्र भगवंत निष्काम भक्तीने प्रसन्न होतो हे भागवतात सांगितले आहे.

मां एक नैरपेक्ष्येण भक्तीयोगे विन्दती

भक्तीयोगं स लभते एव यः पूजयेत माम

जी व्यक्ती कोणत्याही लाभाची कामना न ठेवता माझी प्रेमाने भक्ती करते त्या व्यक्तिला माझी प्राप्ती निश्चितपणे होते या भागवत वचनावर विश्वास ठेवून मानवाने भक्ती करावी. तसेच भगवंताची प्राप्ती होते याचा अर्थ मुक्तीलाभ होतो. ज्ञानदेव दृष्टांताद्वारे सांगतात, ज्याच्या अंगी बळ नाही त्याने शक्ती सामर्थ्याच्या गप्पा मारु नये. उदाहरणार्थ, डायटींग करणाऱ्या व स्लीम होऊ इच्छिणाऱ्या कचकड्या तरुणीने मेरी कोमशी लढत देणे योग्य होईल काय ? किंवा उठसूठ स्कुटर, कार मध्ये हिंडणाऱ्या तरुणाने मिल्खासिंगला धावण्याच्या रेसमध्ये पराजित करणे शक्य होईल काय? त्याचप्रमाणे भगवंताबद्दल उत्कट भाव आणि सातत्याने भक्ती न करणाऱ्या मानवाला मुक्ती मिळणे अशक्य आहे.

काही लोकांना वाटते संसाराच्या या जंजाळात राहून अखंड भक्ती करणे अशक्य आहे. त्यापेक्षा रानावनांत जाऊन निवांत स्थळी अखंड भक्ती करावी. त्यांनी लक्षात ठेवावे की 'जल बिन मछली', राहू शकत नाही. त्याप्रमाणे संसारात राहूनच पोटाची आग शमते. रानावनांत जाऊन उपाशी पोटी हरिनाम घेणे फार काळ सामान्य लोकांना जमणार नाही. स्वामी राम सारखे लोक अपवादात्मक असतात. सामान्य लोकांना ज्ञानदेव 'उगा राहे निवांत शिणसी वाया' असा उपदेश करतात. निवांत याचा अर्थ निवांत स्थळ असा न घेता निवांत म्हणजे शांत अंतःकरण असा घ्यावा. कारण रानावनात

जाऊन आपली काया शिणवून कष्ट घेण्यात काही अर्थ नाही. याउलट संसारात राहून स्वकर्म ईश्वरार्पण बुद्धीने केल्यास मन शांत होते. वसंत ऋतुचा ज्याप्रमाणे उद्यानात प्रवेश होताच फुलपुष्पांची समृद्धी येते, त्याचप्रमाणे जीवनात ईश्वरार्पण बुद्धीने कर्म करताच मन शांतीने प्रफुल्लित होते आणि शांत चित्ताने निष्काम भक्ती केली की, ईश्वर सहज प्रसन्न होतो.

संसार असार आहे हे संतांचे वचनामृत फळ सामान्य मानवाला अनुमानाच्या करतळावर घेऊन तर्कशास्त्राच्या दातांनी फुटत नाही हे कळते. पण त्याचे मन वळत नाही ते संताच्या मार्गविर वाटचाल करण्यासाठी! संसार सुखाची नव्हाळी चाखण्यासाठी त्याचे मन आसुसलेले असते. प्रत्येक तरुण त्याच्या स्वप्नातील राजकन्या आणि प्रत्येक तरुणी त्याच्या स्वप्नातील राजकुमार शोधत असते. जीवनाच्या पहाटेचे हे गुलाबी स्वप्न त्याच्या जीवन मध्यान्ही फुलेल बहरेल असे त्यांना वाटत असते. पण कवयित्री बहिणाबाईंनी म्हटल्याप्रमाणे-

अरे संसार संसार, जसा तवा चुल्ह्यावर

आधि हाताला चटके, मग मिळते भाकर

याची प्रचीती संसार सुरू झाल्याबरोबर येते. काही कमनशिबी व्यक्तींना तर संसारात हाताला चटके सोसल्यानंतरही त्यांच्या नशिबी जेव्हा सुखाची करपलेली भाकर येते, तेव्हा त्यांना पूर्ण संसारच दुःखमय वाटतो. शेजारच्यांची मुलं म्हाताऱ्या आईवडिलांची आस्थेवाईकपणे विचारपूस करतात आणि आपली मुलं परदेशी नोकरी या सबबीपुढे साधा फोन देखील करीत नाही. **तेव्हा असे वाटते की आयुष्य ही फार अवघड शाळा आहे आपण कोणत्या वर्गात आहोत हे आपल्याला ठाऊक नसते. पुढची परीक्षा केव्हा व कोणती याची कल्पना नसते आणि कॉपीसुद्धा करता येत नाही कारण येथे प्रत्येकाची प्रश्नपत्रिका त्याच्या प्राक्तनाप्रमाणे**

वेगळी असते. त्यावेळी जाणवते संसारासाठी जेवढ्या तरुणपणी खस्ता खाल्ल्या त्याच्या दहा टक्के प्रयत्न ईश्वरासाठी केले असते तर **जीवनाचे सार्थक झाले असते.**

पोटासाठी खटपट करिसी अवघा वेळ

रामराम म्हणता तुझी कां बसते दांतखीळ

हरिनाम सर्वकाळी का रे नये वाचे?

म्हणता रामराम काय तुझे वेचे?

संत तुकाराम महाराजांचा हा अभंग आयुष्याच्या संध्याकाळी म्हातारपणी नेमाने उच्चारला जातो. पण प्रत्येक दिवशी मनोरंजनासाठी हातचे वर्तमानपत्र सुटल्यावर टीव्हीचा रिमोट कंट्रोल हाती येतो. मनुष्य सवयीचा गुलाम आहे. हेच खरे आहे. त्यामुळे नामस्मरण होत नाही. या वृत्तीला ज्ञानदेव 'हरिसी भजसी न कोण्या गुणे' असे म्हणतात.

संसाराला अश्वत्थ वृक्षाची उपमा दिली आहे. अश्वत्थ या शब्दाचा अर्थ जो आहे तशाच स्थितीत क्षणभरही टिकत नाही असा आहे. संसाररूपी वृक्ष असाच आहे. मेघाचे रंग क्षणोक्षणी जसे बदलतात किंवा जलाशयातील हलणाऱ्या पाण्यात कमलपत्रावरील पाणी क्षणभर स्थिर राहत नाही. त्याचप्रमाणे संसारात क्षणोक्षणी बदल होतात. या बदलणाऱ्या परिस्थितीशी अस्थिर मनाच्या मानवाला सामना करणे कठीण जाते. स्थिर आणि शांत चित्ताचा मनुष्य सुखदुःखाच्या कोणत्याही परिस्थितीशी यशस्वी सामना करू शकतो आणि स्थिर शांत चित्त हे हरिनाम जपाने राहू शकते. संत ज्ञानदेव यासाठी सतत हरिजप करा असे सांगतात. संसार करून प्रपंचाच्या पाशातून मुक्त होण्यासाठी विसाव्या शतकातील संत माधवनाथ महाराज यांचे आदर्श चरित्र आपल्यासमोर आहे. प्रपंचासाठी अर्थार्जनाचे साधन म्हणून त्यांनी कपड्याच्या दुकानाचा व्यवसाय

स्वीकारला. नोकरी करणाऱ्या व्यक्तीच्या तुलनेत व्यापारी मनुष्य जास्त बंधनात असतो. तरीसुद्धा माधवनाथ महाराजांनी ध्यान, नामजप आणि ज्ञानेश्वरीवर प्रवचन हा त्यांचा दिनक्रम वर्षानुवर्षे त्यांनी चालू ठेवला. निर्विकल्प समाधीतून त्यांना आत्मसाक्षात्कार झाला. सर्व सामान्य संसारी जनापेक्षा त्यांच्या जीवनात दुःखाचे आघात जास्त झालेत. त्यांच्या पत्नीला सौ. सरलाताईंना कॅन्सर झाला होता. त्यांच्यासमोर त्यांच्या जावयाचा मृत्यू झाला. नातवावर विनाकारण सुरीहल्ला झाला. इतकेच काय पॅरॅलिसीस सारखा दुर्धर आजार त्यांना झाला. आजारपणात त्यांच्या विकलांग शरीराकडे पाहून त्यांचे शिष्य दुःखी होत असत. परंतु स्वामी माधवनाथ सदैव हसतमुख असत. ते आपल्या शरीराकडे अलिप्त भावाने पाहून शिष्यांना म्हणत की रोग शरीराला झाला आहे, मी चिदानंदघन आत्मा आहे. त्यांच्या आनंदी वृत्तीने आजारपणात भेटीला आलेले शिष्य अचंबित होत होते. आत्मसाक्षात्काराने दुःखाच्याही परिस्थितीत सदैव आनंदी राहणे याला ज्ञानदेव 'तुटेल धरणे प्रपंचाचें' असे म्हणतात.

समुद्रात नद्या पाणी सतत ओतीत असतात तरी समुद्र आपली मर्यादा उल्लंघत नाही. उन्हाळ्यात नद्या आटतात तरी समुद्राचे पाणी कमी होत नाही. त्याचप्रमाणे भक्त सांसारिक सुखाने मदमस्त होत नाही. किंवा दुःखाच्या आघाताने पिचून हतप्रभ होत नाही. तो सदैव हरिजपात आनंदमग्न असतो. आपण सर्व नामधारकांना ही आनंदमय अवस्था ज्ञानदेवांच्या कृपेने प्राप्त होवो ही त्यांच्या चरणी प्रार्थना.

ॐ

अभंग पाचवा

योगयागविधी येणें नोहे सिद्धी

योग, याग आणि विधी या उपासना मार्गाचा अंतिम उद्देश ईश्वरप्राप्ती हाच आहे. योग म्हणजे अष्टांग योग, याग म्हणजे यज्ञ आणि विधी याचा अर्थ व्रत वैकल्य हा आहे. ईश्वरप्राप्तीसाठी या उपासना करणाऱ्यांना प्रथम लौकिक सिद्धी प्राप्त होतात. लौकिक सिद्धींचे अडथळे जे साधक दूर करतात, त्यांना ईश्वर लाभ होतो. योग, याग आणि विधी यांनी तीन प्रकारच्या सिद्धी प्राप्त होतात. पहिल्या दोन सिद्धी लौकिक आहेत.

१) प्रापंचिक कामनांची पूर्ती होणे, जसे पुत्र प्राप्ती होणे, संपत्ती मिळणे आदि.

२) विशिष्ट सिद्धी मिळणे, जसे वाक् सिद्धी, परचित्तज्ञान, वशीकरण, स्पर्शाने रोग बरे करणे इत्यादी.

३) आत्मसिद्धी, आत्मसाक्षात्कार होणे. ईश्वर लाभ होणे.

या तिन्ही सिद्धीत आत्मसिद्धी हा प्रकार सर्वश्रेष्ठ आहे. सर्वसाधारण साधकांसाठी योग, याग, विधी हे उपासना मार्ग ईश्वरप्राप्तीसाठी कूचकामी कसे ठरतात, हे ज्ञानेश्वर महाराज खालील अभंगात सांगत आहेत,

योगयागविधी येणें नोहे सिद्धी ।

वायाचि उपाधी दंभ धर्म ॥१॥

भावेंवीण देव नकळे निःसंदेह ।

गुरूवीण अनुभव कैसा कळे ॥२॥

तपेंवीण दैवत दिधल्यावीण प्राप्त ।

गुजेंवीण हित कोण सांगे ॥३॥

ज्ञानदेव सांगे दृष्टांताची मात ।

साधुंचे संगती तरणोपाय ॥४॥

पहिल्या चरणातील सिद्धी म्हणजे आत्मसिद्धी. ही योगाने प्राप्त होत नाही. योगाला अष्टांगयोग असे म्हणतात.

योगाचे आठ अंग खालीलप्रमाणे आहेत.

(१) यम (२) नियम (३) आसन (४) प्राणायाम (५) प्रत्याहार (६) धारणा (७) ध्यान (८) समाधी.

आजकाल आपण पाहतो की, सर्वसाधारण लोक आसन, प्राणायाम करून आपले शरीरस्वास्थ्य उत्तम राखू इच्छितात. परंतु समाधीद्वारे आत्मसाक्षात्कार व्हावा, असा विचार करणारे, प्रयत्न करणारे किती लोक आहेत? उत्तर कदाचित नकारार्थीच येईल. कारण श्री एकनाथ महाराज सांगतात,

हे योगमार्गीची वाट ।

अति अवघड परम कट ।

थोर विघ्नांचा कडकडाट ।

प्राप्ती अवचट एखाद्या ॥

मात्र योगाच्या आसन, प्राणायाम प्रक्रियाद्वारे सिद्धी, कीर्ती मिळविणारे काही लोक आहेत. आपल्या भारतात प्रोफेसर राममूर्ती यांनी प्राणायामावर प्रभुत्व मिळविले होते. ते सर्कसमध्ये आपल्या छातीवर एक आडवी लाकडी पाटी ठेवून, त्यावर एक हत्ती उभा करीत असत. या अद्भूत प्रयोगाने प्रो. राममूर्ती विश्वविख्यात झाले. परंतु ईश्वर लाभ त्यांना प्राणायामाच्या नैपुण्याने झाला नाही.

विधी म्हणजे विविध प्रकारची व्रतवैकल्ये. जसे सोमवार व्रत, सत्यनारायण पूजा व्रत, अनंत पूजा व्रत इत्यादी. श्रीगुरुचरित्रात सोमवार व्रताचा उल्लेख आहे. राजकन्या सीमंतिनी हिचा पती जलविहार करताना नदीत बुडाला आणि नागलोकांत गेला. आपला पती प्राप्त व्हावा म्हणून सीमंतिनीने सोमवार व्रत केले. या व्रताच्या प्रभावाने तिला तिचा पती परत मिळाला. व्रतवैकल्ये निष्ठेने केल्यास सांसारिक कामना पूर्ण होतात आणि त्या व्यक्ती पुन्हा संसारात रमतात. त्यामुळे ईश्वरलाभ होत नाही.

याग याचा अर्थ यज्ञ! महाभारतात द्रुपद राजाने पुत्रप्राप्तीसाठी यज्ञ केल्याची कथा प्रसिद्ध आहे. द्रुपद राजा आणि कौरव पांडवांचे गुरू द्रोणाचार्य बालमित्र होते. बालपणी द्रुपदाने द्रोणाचार्यांना, मी राजा झाल्यावर अर्धे राज्य देईल, असे वचन दिले होते.

परंतु तरुणपणी राज्य प्राप्त झाल्यावर द्रुपदाने आपले वचन पाळले नाही, याचा द्रोणाचार्यांना राग आला. त्यांनी आपला परमशिष्य अर्जुन याला द्रुपदाशी युद्ध करून त्याला बंदी करून माझ्यासमोर नतमस्तक कर असे सांगितले. अर्जुनाने राजा द्रुपदाचा पराभव केला आणि द्रुपदाला गुरू द्रोणाचार्यांची क्षमा मागण्यास सांगितले. सर्वांसमोर आपला अपमान झाला, या भावनेने राजा द्रुपद दुःखित झाला. सूडाच्या भावनेने प्रेरित होऊन राजा द्रुपदाने एक मोठा यज्ञ केला.

यज्ञदेवाने प्रसन्न होऊन तुझा शूरवीर पुत्र द्रोणाचार्यांचा वध करेल, असा वर दिला. द्रुपद राजाने पुत्राचे नाव धृष्टद्युम्न असे ठेवले. या धृष्टद्युम्नने कौरव पांडव युद्धात गुरू द्रोणाचार्यांचा वध केला. या कथेवरून असा बोध होतो की यज्ञासारख्या पवित्र उपासनेचा हेतू चांगला नसल्यामुळे द्रुपद राजाची इच्छा पूर्ण झाली, पण ईश्वर लाभ झाला नाही. श्री ज्ञानदेव म्हणतात, योग, याग, विधी या उपासनांनी ईश्वर लाभ म्हणजे आत्मसिद्धी प्राप्त होणे कठीण आहे. मात्र या उपासना मार्गांचे आचरण केले तर शारीरिक, मानसिक कष्ट फार लागतात आणि ईश्वरप्राप्तीचे खरे फळ हाती येत नाही. म्हणून ज्ञानदेव **'वायांचि उपाधी दंभ धर्म'** असे म्हणतात.

जर योग, याग, विधी यांनी भगवंत प्राप्त होत नाही, तर त्वरित फलदायी मार्ग कोणता? याचे उत्तर ज्ञानदेव 'भावेंवीण देव नकळे निःसंदेह' असे सांगतात. **कठीण पाषाणावर चंद्रबिंब दिसत नाही. निर्मल जलप्रवाहात मात्र चंद्रबिंब दिसते. तसेच आसक्त भोगी मनात ईश्वर अनुरागाचा भावचंद्र दिसत नाही. तो निर्मल साधकाच्या मनात दिसून येतो. या भावाचे कृतीशील परिवर्तन उत्कट भक्तीत होते.** केवळ उत्कट भक्तीने ईश्वरप्राप्ती होते, असे भगवान कृष्णाने भक्त अर्जुनाला गीतेत सांगितले आहे.

बेदपठनाने तपाने दानाने ।

अथवा कोणत्याही यज्ञाने ।

शक्य नाही पाहणे ।

जे विश्वरूप तूं पाहिले ते ॥ गीता ११ - ५३

उत्कट भक्तीद्वारे ईश्वर प्राप्त होणे शक्य असले तरी अशी उत्कट भक्ती सामान्य मनुष्यात उत्पन्न कशी होईल ? त्याचे उत्तर ज्ञानदेव 'गुरुविण अनुभव कैसा कळे' या काव्यपंक्तीद्वारे सद्गुरूंचे महत्त्व सांगत आहेत. रामदास स्वामी दासबोधात सद्गुरूंचे महत्त्व सांगतात-

जयास वाटे मोक्ष व्हावा ।

तेणे सद्गुरू करावा ।

सद्गुरूविण मोक्ष पावावा ।

हे कल्पांती न घडे ॥

तेव्हा शिष्याने सद्गुरूकडून त्यांच्या अनुभवावरून देवाची प्रचीती घ्यावी. सर्वसामान्य आस्तिक मनुष्य, देव आहे असे मानतात. परंतु त्यांच्या मनात देवाच्या अस्तित्वाविषयी संशय असतो. याचे कारण डोळ्यांनी जे दिसते, ते सत्य समजण्याची माणसाची प्रवृत्ती असते आणि देव हा डोळ्यांनी दिसत नाही, ही खरी अडचण आहे. रामदास स्वामी म्हणतात,

अस्थीच्या देही मासाचा डोळा

पाहेन म्हणे ब्रह्माचा गोळा

तो ज्ञाता नव्हे आंधळा ॥

यासाठी सद्गुरू शिष्याला देव हा आपल्या हृदयी चैतन्यरूपाने, आत्मरूपाने आहे, याची जाणीव करून देतात आणि या शाश्वत चैतन्य परमेश्वराची अंतःकरणपूर्वक भक्ती करण्यास जाणीवपूर्वक सतत परिश्रम करावे लागतात. याला तप असे म्हणतात. म्हणून माऊली सांगते, तप केल्याशिवाय दैवत (देव) प्राप्त होत नाही आणि हिताची गुजगोष्ट केवळ संत सद्गुरूच सांगतात.

ज्याप्रमाणे नग्न दिगंबराला किंमती भरजरी वस्त्रांची जाणीव नाही किंवा जन्मांधाला सूर्यप्रकाश जाणवत नाही किंवा बहिऱ्याला सुरेल संगीत कळत नाही त्याचप्रमाणे संसारात आकंठ बुडणाऱ्या लोकांना परमार्थाचे सुख कळत नाही. परंतु पावित्र्य आणि औदार्य याबद्दल प्रसिद्ध असणारे सद्गुरू परमार्थाद्वारे शिष्यांवर अखंड आनंदाची बरसात करतात.

'ज्ञानदेव सांगे दृष्टांताची मात' याचा अर्थ ज्ञानदेवांनी स्वतःच्या जीवनांतील अनुभवाचा दाखला देणे. स्वतः ज्ञानदेव एका अभंगाद्वारे सांगतात की, त्यांचे गुरू श्री निवृत्तीनाथ यांच्यामुळेच त्यांचा उद्धार झाला.

ज्ञानदेव म्हणे तरलों तरलों।

आता उद्धरलों गुरुकृपे ॥

श्री ज्ञानदेवांचा स्वतःचा अनुभव सर्वांसाठी मार्गदर्शक आहे. त्यामुळे साधूची संगती हा सर्व जीवमात्राचा तरणोपाय आहे. तरणोपाय याचा अर्थ तरून जाणे. सामान्य मनुष्य बाहुबळाने समुद्र पोहून पैलतीरी जाऊ शकत नाही. मात्र नौकेने, जहाजाने तो पैलतीराला जाऊ शकतो. संसार समुद्र हा मायाजलाने भरला असल्याने संत, मुनी यांच्या साहाय्याने पार केला जातो. संत एकनाथ महाराज म्हणतात,

मायाजळें भवसागरू ।

भरलासे अपरंपारू ।

त्याचा उतरावया पारू ।

होय तू तारू, मुनिराया ॥

आपण सर्व नामधारकांनी संत सद्गुरूचे सहाय्य घेऊन आपला उद्धार करू या!

ॐ

अभंग सहावा

साधुबोध झाला नुरोनियां ठेला

स्वामी विवेकानंदांचे पूर्वाश्रमीचे नाव नरेंद्रनाथ दत्त होते. त्यांना अध्यात्माची आवड होती. परंतु त्यांना ईश्वराच्या अस्तित्वाविषयी शंका होती. आपल्या शंकेचे निरसन करण्यासाठी ते अनेक संत महंतांना भेटले होते. त्याकाळच्या अनेक श्रेष्ठ आध्यात्मिक व्यक्ति श्री देवेंद्रनाथ ठाकूर इत्यादि सर्वांना ते भेटले होते. परंतु त्यांची ईश्वरविषयक जिज्ञासा काही पूर्ण झाली नाही. नरेंद्रनाथांचे प्रोफेसर सर विल्यम हेस्टी यांनी त्यांना दक्षिणेश्वर मंदिरातील पुजारी श्री रामकृष्ण परमहंस यांचे दर्शन घेण्यास सुचविले.

उल्हासित होऊन नरेंद्रनाथ श्री रामकृष्णांना भेटले आणि तुम्ही ईश्वर पाहिला आहे काय ? असा प्रश्न विचारला. त्यानंतर श्री रामकृष्ण म्हणाले, "होय! मी ईश्वर पाहिला आहे. आणि तुला मी जसा पाहतो आहे, त्यापेक्षा अधिक स्पष्टपणे ईश्वराला पाहिले आहे. आणि जर तू माझ्या सांगण्याप्रमाणे आचरण केले, तर तूही ईश्वराला पाहू शकशील"

श्रीरामकृष्णांच्या आत्मविश्वासपूर्ण आणि भावस्पर्शी उत्तराने नरेंद्रनाथांचे समाधान झाले. सूर्याच्या किरणांनी आकाशातील मेघ इतरत्र पांगतात, त्याप्रमाणे श्रीरामकृष्णांच्या उत्तराने त्यांच्या मनातील ईश्वर अस्तित्वाच्या शंका दूर झाल्या. त्यानंतर श्री नरेंद्रनाथांची

ईश्वरविषयक तळमळ आणि साधना पाहून एक दिवस श्री रामकृष्णांनी नरेंद्रनाथाला स्पर्श केला. त्याक्षणी श्री नरेंद्रनाथांना समाधीसदृश अवस्था प्राप्त झाली आणि ईश्वराच्या अस्तित्वाचा प्रत्यय आला. साधुबोध झाल्यानंतरच्या अवस्थेचे वर्णन ज्ञानदेव खालील अभंगात करतात.

साधुबोध झाला तो नुरोनियां ठेला ।

ठायींच मुराला अनुभव ॥१॥

कापुराची वाती उजळली ज्योती ।

ठायींच समाप्ती झाली जैसी ॥२॥

मोक्षरेखे आला भाग्यें विनटला ।

साधूंचा अंकिला हरिभक्त ॥३॥

ज्ञानदेवा गोडी संगती सज्जनीं ।

हरि दिसे जनीं वनीं आत्मतत्त्वीं ॥४॥

विवेक, वैराग्य, सेवाभाव व नम्रता या गुणांनी सुपात्र असलेल्या शिष्याला आत्मसाक्षात्कारी साधू बोध देतात. मानवाचे कल्याण करण्यासाठी साधूंचा बोधरूपी उपदेश मिळणे आवश्यक असते. परंतु खरा साधू कसा ओळखावा? या जगात भोंदू साधूंची चलती आहे. भोंदू साधूपासून साधकाचे अहित होण्याची जास्त शक्यता असते. दासबोधात अशा भोंदू साधूंचा रामदास स्वामी धिक्कार करतात.

आचार उपासना सोडिती

ते भ्रष्ट अभक्त दिसती

जळो तयांची महंती

कोण पुसे ॥

तेव्हा खऱ्या साधूला तोलून मापून पारखून घ्यावे. शुद्ध सोन्याला कसोटीवर घासून घेतले की, त्याची शुद्धता जाणवते. त्याचप्रमाणे साधूला आचार, विचार, निःस्वार्थता, करुणा आदि गुणविशेषावर पारखून घ्यावे. श्री एकनाथ महाराजांनी साधूची लक्षणे सांगितली आहेत.

साधू म्हणावें तयासी ।

दया क्षमा ज्याच्या दासी ॥ जयापाशी नित्य शांती ।

संत जाणा आत्मस्थिती ॥ ज्याचे गेले कामक्रोध ।

तोची साधू जगी सिद्ध ।

सर्वाभूतीं दया ।

साधू म्हणावें ऐसिया ॥

या लक्षणाचा साधू मिळाल्यावर उत्तम शिष्याला बोध कसा होतो, हे श्री विवेकानंदाच्या कथेवरून लक्षात येते. सामान्य साधकाने मात्र साधूने केलेला तत्त्वबोध आपणाला कळाला काय, याचे चिंतन करावे. आपली गुरुपदिष्ट साधना, आचार, विचार पारमार्थिक विकासपथावर आहे काय, या गोष्टीचा विचार करून साधकाने आपल्या जीवनात आमुलाग्र परिवर्तन करावे. कारण इतर स्थूल वस्तुप्रमाणे ईश्वर हा मन, इंद्रियांनी जाणता येत नाही. मनाचे अमन झाल्यावर ऊन्मनी दशेत भक्त भक्तीत, समाधीत लीन झाल्यावर ईश्वराचा अनुभव येतो. ईश्वराचा स्वानुभव असलेला साधक 'नुरोनियां ठेला' (न उरून ठेला) असे ज्ञानदेव म्हणतात. या अनुपम अनुभवांनी धन्य झालेल्या शिष्यानी साधूच्या केलेल्या स्तुतीचे बहारदार वर्णन ज्ञानेश्वरीत आले आहे. आनंदाचा वर्षाव करणाऱ्या उदार साधूचा शिष्य जयजयकार करतो. आत्मज्योती निरांजन ओवाळून

मनपवनाची खेळणी देऊन आत्मसाक्षात्काराच्या अलंकारांनी भूषविल्याबद्दल स्वतः ला कृतकृत्य समजतो. सतराव्या जीवनकलेचे मधूर स्तनपान देऊन अनाहतध्वनीचे गाणे गाऊन समाधीबोधाची गाढ निद्रा दिली. यासाठी सद्गुरू साधूच्या कृपाछत्र छायेखाली राहणे शिष्य पसंत करतो. ईश्वरप्राप्तीनंतर त्याच्या जीवनात काही प्राप्त करण्यासारखे उरले नसते. पीएचडी पदवी मिळाल्यानंतर कोणी ग्रॅज्युएट होण्याची आकांक्षा धरेल काय ?

साधुद्वारा शिष्याला ईश्वरप्राप्ती होणे यासाठी ज्ञानदेव कपुराचा दृष्टांत देतात. कापराला अग्रीचा स्पर्श होताच, कापूर ज्योतिरूप होतो. सत्-शिष्य हा कापरासारखा असून अग्निरूप गुरूचा स्पर्श होताच, तो ज्योतिरूप प्रकाशमान होतो. काही काळाने कापूरही संपतो आणि ज्योतही राहत नाही. याचा अर्थ साधक दशेतील देहभाव आणि सिद्ध झाल्यानंतरचा 'मी ज्ञानी' हे दोन्ही भाव गळून जातात. आणि भक्त आणि भगवान ही भेदवृत्ती नाहीशी होऊन सर्व विश्वात एकमात्र हरी भरला आहे, असा अनुभव येतो. यालाच मोक्ष अशी संज्ञा प्राप्त आहे. या मोक्षाच्या रेषेजवळ आला तो भाग्यसंपन्न पुरुष आहे, असे ज्ञानदेव म्हणतात. आपण व्यवहारात ज्या माणसाजवळ गाडी, बंगला, नोकर-चाकर असतात, त्याला भाग्यवान म्हणतो. परंतु लक्ष्मी चंचल असल्यामुळे ही व्यावहारिक संपत्ती विलयाला जाऊन माणूस भणंग भिकारीही होतो. ज्ञानदेव मोक्षरूप संपत्ती बाळगणाऱ्या व्यक्तींना भाग्यसंपन्न समजतात. कारण ही संपत्ती अक्षय असते.

मोक्षरूप संपत्ती 'साधूंचा अंकिला हरिभक्त' यांना प्राप्त होते, असे ज्ञानेश्वर महाराज म्हणतात. अंकित होणे याचा अर्थ आज्ञाधारक होणे, वश होणे असा आहे. साधूचा आज्ञाधारक भक्त होण्यासाठी तन, मन, धन इतकेच नव्हे, तर जीव अर्पण करून साधूंची सेवा करावी. ज्ञानेश्वरीत माऊली म्हणते.

या ओवीप्रमाणे सेवा करणारे कल्याणस्वामी हे रामदास स्वामींचे पट्टशिष्य होते. आधुनिक काळातील उदाहरण इंजिनियर भाऊराव केतकर यांचे आहे. मोठ्या हुद्द्यावर असलेले भाऊसाहेब केतकर हे गोंदवलेकर महाराजांचे एकनिष्ठ शिष्य होते. रिटायर्ड झाल्यावर ते गोंदवल्यास महाराजांजवळ राहिले आणि त्यांनी महाराजांची आज्ञाधारकपणे सेवा केली. स्वतःची सर्व पेंशन ते दरमहा महाराजांच्या हवाली करीत. इतकेच काय पण त्यांनी आपल्या तृतीय पुत्राचा रामचंद्र उर्फ तात्यांचा विवाह महाराजांनी पसंत केलेल्या गोखले यांच्या कन्येशी लावून दिला.

'ज्ञानदेवा गोडी संगती सज्जनीं' असे शेवटच्या चरणात ज्ञानदेव म्हणतात. आपल्याला संत सज्जनाचा सहवास, मैत्री प्रिय असल्याचे सांगतात. ज्ञानदेवांना निवृत्तीनाथ, सोपानदेव, मुक्ताबाई, नामदेव, विसोबा खेचर, गोरा कुंभार इत्यादी संतांचा सहवास प्रिय होता, हे त्यांच्या चरित्रावरून आपल्याला कळते. तसेच ज्ञानेश्वर आणि संत नामदेव यांनी ईश्वरभक्तीच्या प्रचारासाठी संपूर्ण भारतभर भ्रमण केले होते. कबीर एका दोह्यात सांगतात, **हे मानवा, तू देवाजवळ गेलास तर तो तुला संपत्ती, संतती देईल. परंतु, तू जर साधूजवळ गेला, तर सर्व गोष्टी देणारा देवच तुला ते देतील. यासाठी तू साधूची संगत असू दे.'**

श्री ज्ञानेश्वर महाराजांना ईश्वराच्या अद्वैत स्वरूपाचा प्रत्यय आला होता. या प्रत्ययाचे प्रतिबिंब 'हरि दिसे जनीं वनीं आत्मतत्त्वीं' या शेवटच्या चरणात दिसते. पैठणच्या ब्राह्मणांनी श्री ज्ञानेश्वर महाराजांची टिंगल करावी, या उद्देशाने त्यांची एक परीक्षा केली.

ब्राह्मण म्हणाले, या सर्व चराचरात एकच ईश्वर आहे, असे तू

सांगतोस, हे जर सत्य असेल तर तुझ्यात आणि समोर असलेल्या रेड्यात एकच आत्मा असावा, तेव्हा तुला पाठ येत असलेले वेदमंत्र या रेड्याद्वारे तू वदवून घे. श्री ज्ञानेश्वर महाराजांनी त्या रेड्याच्या डोक्यावर आपला हात ठेवला आणि आश्चर्य घडले. रेडा वेदमंत्र शुद्ध स्वच्छ स्वरात म्हणू लागला. या अभूतपूर्व प्रसंगानंतर पैठणच्या ब्राह्मणांनी श्री ज्ञानेश्वरांची क्षमा मागितली. साधूंची संगती लाभून आपलाही उद्धार व्हावा, ही ज्ञानेश्वर महाराजांच्या चरणी प्रार्थना.

卐

अभंग सातवा

पर्वताप्रमाणें पातक करणें

रामायणातील कथा आहे. राजा दशरथाने कैकयीला वर दिला होता आणि त्या वचनपूर्तीसाठी राम, लक्ष्मण, सीता १४ वर्षांच्या वनवासाला गेले होते. वनवासांत भ्रमण करताना सीतामाईने रामाला विचारले, की वनवासाला निघताना आपण तपस्व्यांच्या वेशात निघालो. वल्कले अंगावर परिधान केली, केसांच्या जटा बांधल्या, परंतु आपण व लक्ष्मणांनी धनुष्यबाण कां धारण केलं? धनुष्यबाण धारण करणे, हे तपस्व्यांच्या वेशाला विसंगत दिसते. प्रभू रामांनी या प्रश्नाला तत्काळ उत्तर दिले नाही. परंतु थोड्या वेळाने एक उंच असे टेकडीसारखे स्थान दाखविले. जवळ जाऊन तिघांनी पाहिले तर असंख्य हाडांची उंच रास आढळली. सीतामाईने रामाला विचारले, मानवी हाडांची उंच रास इथे कशी झाली? त्यावर रामाने सांगितले, या जंगलातल्या राक्षसांनी नर, नारी, साधू, तपस्वी यांना मारून त्यांची हाडे इथे टाकली आहेत आणि अशा दुष्ट राक्षसांचा निःपात करण्यासाठी मी आणि लक्ष्मणाने धनुष्यबाण धारण केले आहे.

पूर्वी आणि आजसुद्धा दुष्ट राक्षसी प्रवृत्तीचे लोक स्वतःच्या स्वार्थासाठी असंख्य जीवांची हत्या प्रत्यक्ष किंवा अप्रत्यक्षपणे करतात. त्यांची पातके पर्वताप्रमाणे असतात. जीवन जगताना काही मानव क्रूर कर्मे करतात, तर काही वायफळ बडबडत आयुष्य व्यतीत करतात. परंतु तारक असे हरीचे नाम घेत नाही, असा संदर्भ खालील

अभंगात दिसतो.

ईश्वर, वेद, शास्त्रे यांना न मानणारे लोक निषिद्ध आचरण करतात. केवळ स्वतःच्या सुखासाठी असंख्य पातके करतात. ज्ञानदेवांनी ज्ञानेश्वरीत या पापांची मूळ प्रेरणा सांगितली आहे.

इंद्रिय लोलूपता, मोह, अज्ञान इत्यादी कारणांमुळे मानव असंख्य पापे करतात. त्यांच्या दुष्कृत्यांमुळे ते दानव ठरतात. वृत्तपत्रात येणाऱ्या खून, बलात्कार घटना हेच दर्शवितात. मानव करीत असलेल्या दुष्कृत्यांना जर राजसत्तेचे पाठबळ असले, तर समाजविघातक कृत्ये अगणित होतात. युगांडाचा हुकूमशहा, इदी अमीन याने इंद्रियलोलूपता आणि मोह या दुर्गुणांमुळे असंख्य स्त्रियांना भ्रष्ट केले, हजारो लोकांना मारले, अनेकांच्या संपत्तीचे अपहरण केल्याच्या कथा याच काळातील आहेत.

सर्व नद्या शेवटी सागराला मिळतात. त्याचप्रमाणे सर्व धर्माचे नीतिपूर्ण आचरण ईश्वराचा लाभ करून देते. हे ज्ञानमय तत्त्व झाले. परंतु अन्यायाने माझाच धर्म श्रेष्ठ म्हणून इतर धर्म समुदायांवर हल्ले आज होत आहेत. आयसिस संघटनेचा नेता बगदादी याच्या आज्ञेने आज इराकमध्ये जे तांडव चालू आहे, ते पाहून लाजेने मान खाली होते. अन्य धर्मीयांची खुलेआम कत्तल, स्त्रियांवर अत्याचार व गुलाम म्हणून बाजारात विक्री, लहान मुलांना जिवंतपणी जमिनीत गाडणे ही सर्व मध्ययुगीन क्रूरकर्मे आज २१ व्या शतकात होत आहेत.

इतर देशाचे जाऊ द्या. आपल्या देशात धनलालसेने एक लाख शहात्तर हजार कोटींचा घोटाळा झाला आहे. यासारख्या अनेक आर्थिक भ्रष्टाचारांच्या घोटाळ्यांमुळे विकासाच्या आर्थिक योजना अपयशी होतात व लाखों लोकांच्या तोंडचा घास हिरावल्यामुळे भूकबळी म्हणून हिंसा होत आहे. यासारखी पर्वतप्राय पापे अभक्त मंडळींकडून होत आहे. या पापी लोकांना नरकप्राय भोग इहलोकी आणि परलोकी अटळ आहे. **पुष्कळ वेळा वाटते कोळसा काळेपणा टाकून देईल किंवा कावळा पांढरा होईल, परंतु हे धर्मांध, नीतिभ्रष्ट लोक चांगले आचरण करणार नाहीत.** श्री ज्ञानदेव याचे कारण सांगतात, 'हरिसी न भजत दैवहत' दैवहत म्हणजे दुर्दैवाने, असे पापी लोक हरिला भजत नसल्यामुळे ते अभक्त होतात आणि त्यामुळे त्यांच्या हातून पापाचरण घडते. संत तुकाराम अशा लोकांवर कडक टीकेचे आसूड ओढतात.

जयासी न आवडे विठोबाचे नाम ।

तो जाणावा अधम तुका म्हणें ।

सुकराशी विष्ठा माने सावकाश ।

मिष्टान्नाची त्यास काय गोडी ।

परंतु आपल्या पापांचा अनुताप झाला आणि भगवंताची

मनःपूर्वक उपासना केली तर तो पातकापासून मुक्त होतो. संत तुकाराम म्हणतात, कोठे राहतील पापें । झालियाही अनुताप ॥ अनुतापाने पापांची निवृत्ती कां आवश्यक असते, असा जर प्रश्न विचारला तर त्याचे उत्तर पातकांचे फळ दुःखदायक असते. सीताहरणाच्या पापाने रावणाला आपला कुलक्षय पाहावा लागला.

या जगात काही लोक उचित कर्म न करता वायफळ बडबड करण्यात आपले मौल्यवान आयुष्य वाया घालवितात. त्याविषयी खंत व्यक्त करीत ज्ञानदेव म्हणतात,

अनंत वाचाळ बरळती बरळ

_त्यां कैसेनि गोपाळ पावे हरि_

वाचाळ लोक दोन प्रकारचे असतात.

१) आस्तिक वाचाळ २) नास्तिक वाचाळ.

विविध धर्मग्रंथांचे वाचन, पाठांतर, तर्कयुक्त उत्तरे, परंतु भोगासक्त असणारे लोक, आस्तिक वाचाळ या पंथाचे असतात. स्वार्थ साधणारे हे लोक पर उपदेशात पांडित्य दाखवितात. याविषयी एक कथा आहे. एक तथाकथित साधू गावाबाहेर थोड्या जमिनीवर शेती करून बकरी पालनाचा धंदा करीत असे. त्या गावच्या पाटलाच्या मुलाचा आकस्मिक मृत्यू झाल्यामुळे, साधू व शिष्य पाटलाच्या भेटीला गेले. पाटलाचे सांत्वन करताना गीतेतील वचन सांगून साधू-शिष्य शेतावर परतले. तिथे साधूला त्याची बकरी कोल्ह्याने मारून टाकलेली दिसली. बकरी मेली म्हणून साधू खूप शोक करू लागला. तेव्हा शिष्याला राहवले नाही आणि तो साधूला म्हणाला, तुम्ही पाटलाला त्याचा मुलगा मेला तेव्हा शोक करू नका म्हणाला आणि आता बकरी मेली तर एवढा शोक का करता? साधू शिष्याला म्हणाला, तुला इतके साधे कसे समजत नाही. मुलगा त्याचा मेला आणि बकरी माझी मेली. साधूच्या या उद्गारावर शिष्य

मनांत समजला की, साधूचे पांडित्य केवळ दुसऱ्यांसाठी आहे आणि अशा विवेकहीन साधूचा त्याने त्याग केला.

नास्तिक वाचाळ यांना धर्म, ईश्वर, नामस्मरण, भजन यांच्याशी काही घेणे देणे नसते. केवळ आपला बडेजाव, स्वार्थ साधण्यासाठी ते आपल्या बुद्धिचातुर्यावर दुसऱ्यांना मूर्ख ठरविण्याचा प्रयत्न करतात. अशा लोकांसाठी तुकाराम महाराज म्हणतात,

देह तोचि देव भोजन ते भक्ती ।

मरण ते मुक्ती पाखंडाची ॥

ज्याप्रमाणे पहाट झाली पाहून लोकांना कामधंदा सुरू करण्यास हुरूप येतो. परंतु चोरांना पहाट झालेली आवडत नाही. त्याप्रमाणे बहुजन समाजाला ईश्वरविषयक कल्पना व भजन मान्य असते. परंतु नास्तिक बुद्धिवादी लोकांना विश्वाचा नियंता ईश्वर आहे, हे मान्य नसते. कारण व्यक्ती स्वातंत्र्याच्या नावाखाली धर्माच्या नीती, नियमांचे बंधन त्यांना आवडत नाही. कारण त्यांची अनिर्बंध भोगावर प्रीती असते. पाणी जसे उताराकडे धावते, किंवा भ्रमर पुष्पातील मकरंद चाखण्यासाठी तत्काळ धावतो तसे भोग भोगण्यासाठी धर्म किंवा नीतीचे बंधन या बुद्धिवादी लोकांना आवडत नाही. नीतिपूर्वक न राहता नामस्मरण न करणाऱ्यांना हरीची प्राप्ती अशक्य आहे. म्हणून तिसऱ्या चरणाच्या शेवटी ज्ञानदेव 'त्यां कैसेनि गोपाळ पावे हरि' असे म्हणतात.

वाचाळ नास्तिक देहाला, तर ज्ञानेश्वरादी संत आत्म्याला प्राधान्य देतात. शेवटच्या चौथ्या चरणात ज्ञानदेव सांगतात,

ज्ञानदेव प्रमाण आत्मा हा निधान ।

सर्वाघटीं पूर्ण एक नांदे ॥

शरीर हे पंचमहाभुतांचे बनलेले असते आणि मृत झाल्यावर ते

पंचमहाभूतात विलीन होते. परंतु आत्मा हा शुद्ध अविनाशी असतो. गीतेत प्रतिपादन केल्याप्रमाणे आत्मा हा सर्वांच्या अंतर्यामी असतो.

अहमात्मा गुडाकेश सर्वभूतशयस्थितः

अहमादिश्च मध्यंच भूतानामंत एवच ॥

भगवान श्रीकृष्ण अर्जुनाला म्हणतात, सर्व भुतांच्या अंतर्यामी मीच आहे. तसेच सर्वांचा प्रारंभ, मध्य आणि अंतही मीच आहे.

ज्ञानदेवांनी सर्वभूतमात्रात आत्मा एक आणि पूर्ण असल्याचा गीतेतीलच सिद्धांत सांगितला. पण त्यामागे एक गूढ अर्थ आहे. ज्ञानेश्वर महाराजांना अभिप्रेत आहे की, या विश्वातील सर्व प्राणिमात्रात एक आत्मा असल्यामुळेच सर्वांनी एकमेकांशी प्रेमाने राहावे. सौहार्दपूर्ण आत्मीयतेचे वर्तन जर सर्वांनी आपसात ठेवले, तर स्वार्थ, द्वेष, तिरस्कार, क्रूरता यांचा लवलेश राहणार नाही. आणि त्यामुळे

दूरितांचे तिमिर जाओ

विश्वस्वधर्म सूर्ये पाहो

जो जे वांछील तो ते लाहो

प्राणीजात ।

ही पसायदानातील ओवी खरी ठरून सर्व मानवजात आनंदभुवनाचे निवासी होतील. विश्वमांगल्याच्या या प्रासादिक वचनाला कृतीत उतरविण्यासाठी आपण एकदिलाने नामसाधना करू या.

ॐ

अभंग आठवा

संताचे संगती मनोमार्ग गती

एकदा गजानन महाराज आपल्या शिष्यांसोबत पंढरपूरला वारीनिमित्त गेले होते. या शिष्यांमध्ये परमभक्त जगू आबा, हरी पाटील, बापूना काळे व इतर शेगांवची मंडळी होती. पंढरपूरात एकादशीच्या दर्शनास गेले होते. त्यावेळी बापूना काळे हे नदीवर स्नानास गेल्यामुळे त्यांची व महाराजांची चुकामूक झाली. घाईघाईने बापूना एकटे मंदिरात गेले. मंदिराजवळ प्रचंड गर्दी असल्यामुळे बापूना हताश होऊन कुकाजींच्या वाड्यात परतले. बापूनाचे मन पांडुरंगाच्या दर्शनासाठी तळमळत होते. दिवसभराचे उपाशी बापूना डोळ्यात पाणी आणून पांडुरंगाचा धावा करीत होते. शेवटी गजानन महाराजांना बापूनाची दया आली. त्यांनी कटेवर हात ठेवून बापूनांना पांडुरंगाचे दर्शन दिले. गळ्यात तुळशीमाळा, धोतर व पागोटे नेसलेले आणि अंगावर शेला पांघरलेले सावळे पांडुरंगाचे रूप पाहून बापूना धन्य झाले. त्याच रात्री मंदिरात जाऊन बापूनाने पांडुरंगाच्या मूर्तीचे दर्शन घेतले आणि दर्शन झालेल्या पांडुरंगाच्या अंगावरचे धोतर, पागोटे व शेला सारखे होते. या प्रसंगावरून गजानन महाराजांच्या सत्संगतीने बापूना काळे यांना पांडुरंगाचे दर्शन झाले हे सिद्ध होते. ज्ञानदेव खालील अभंगात ईश्वर लाभ होण्यासाठी संतांची संगत कारणीभूत होते, असे विशद करतात.

संताचे संगती मनोमार्गे गती ।

आकळावा श्रीपती येणें पंथें ॥१॥

रामकृष्ण वाचा भाव हा जिवाचा ।

आत्मा जो शिवाचा राम जप ॥२॥

एकतत्त्व नाम साधिती साधन ।

द्वैताचें बंधन न बाधिजे ॥३॥

नामामृत गोडी वैष्णवा लाधली ।

योगिया साधली जीवनकळा ॥४॥

सत्वर उच्चार प्रल्हादीं बिंबला ।

उद्धवा लाधला कृष्णदाता ॥५॥

ज्ञानदेव म्हणे नाम हें सुलभ ।

सर्वत्र दुर्लभ विरळा जाणे ॥६॥

संताचे संगती हा शब्द पहिल्या चरणात आला आहे. संत कोणाला म्हणावे ? रामदास स्वामी दासबोधात सांगतात.

जे त्रैलोक्याहून वेगळें । जें वेदश्रुतीसी नाकळे ।

तेंचि जयाचेनी वोळे । परब्रह्म अंतरी ॥

जे परब्रह्म त्रैलोक्याहून निराळे आहे आणि जे वेदश्रुतीलाही आकलन होत नाही, ते अंतःकरणात ज्यांच्या कृपेने प्रगट होते त्यांना संत म्हणतात. अशा संताच्या संगतीमध्ये मनोमार्गाने गमन केले की श्रीपती आकळण्याचा पंथ (मार्ग) उपलब्ध होतो.

संतांची संगती म्हणजे खऱ्या साधूंची संगती अभिप्रेत आहे. या बाबतीत दासगणू महाराज सावधगिरीचा इशारा देत आहे.

खऱ्या साधूला ईश्वर भेटीची तळमळ असलेला शिष्य भेटताच त्याच्यावर कृपा होते, जसे वरील कथेत गजानन महाराजांनी बापूना काळे यांच्यावर कृपा केली. परंतु सामान्य माणसाला बापूना काळे सारखा संतशिष्य होण्यासाठी बरेच प्रयत्न करावे लागतील. यंत्रयुगातील गतिमान जीवन आणि वायूसारखी मनाची चंचलता यामुळे सामान्य माणूस सदैव चिंतित असतो. सामान्यांची व्यथा एका हिंदी गीतात सुरेखपणे वर्णन केली आहे.

अशांत असलेल्या मानवाच्या मनात ईश्वर भक्तीचे बीज संत संगतीने रुजते. नंतर या बीजाला भक्तीचे अंकुर फुटतात. तीव्र साधनेने ईश्वराबद्दल व्याकूळता वाढते आणि ईश्वर कृपेसाठी संत मदतीची आस लागते.

ईश्वराच्या भेटीसाठी जीवनाचा सर्वोच्च त्याग करू शकतो, त्याला श्रीपती म्हणजे लक्ष्मीचा पती नारायण याचा लाभ होतो.

हिमालय चढणीचा नकाशा मिळाल्याने हिमालयावर चढता येत नाही. त्याचप्रमाणे संत संगतीत उपदेश मिळाल्याने तत्काळ ईश्वर मिळत नाही. प्रत्यक्ष प्रयत्न करून ईश्वर लाभ कसा होईल याबाबत ज्ञानदेव म्हणतात,

रामकृष्ण वाचा भाव हा जिवाचा ।

आत्मा जो शिवाचा राम जप ॥

वाचेने रामकृष्णाचे नाव निरंतर घेणे हा जीवाच्या कल्याणाचा मार्ग आहे. हा शुद्ध भाव साधकाने कसा ठेवावा, हे एकनाथ महाराज एका अभंगात स्पष्ट करतात,

रामकृष्ण वासुदेवा । धरी हाचि दृढभाव ।

आणिकाचा हेवा । दुरी करी आदरें ॥

रामकृष्ण नाम निरंतर घेताना इतर सांसारिक प्रलोभने आली तरी ती निश्चयपूर्वक दूर सारावी. कारण उपनिषदात सांगितले आहे. द्रव्यापेक्षा पुत्र प्रिय, पुत्रापेक्षा स्वतःचे शरीर प्रिय, शरीरापेक्षा इंद्रिय प्रिय, इंद्रियापेक्षा प्राण प्रिय आणि प्राणापेक्षा आत्मा प्रिय. श्री ज्ञानदेव दृष्टांताने सांगतात, प्रत्यक्ष शिवशंकराना त्यांच्या आत्म्याप्रमाणे रामजप प्रिय आहे. दासबोधात समर्थ रामदास स्वामी सांगतात,

नामाचा महिमा जाणे शंकर ।

जनां उपदेशी विश्वेश्वर ।

वाराणसी मुक्तिक्षेत्र ।

रामनामें करुनी ॥

समुद्रमंथनाच्या वेळी हलाहल विष निघाले, ते शंकराने प्राशन केले. त्यामुळे सर्वांगाचा दाह झाला. हा दाह रामनामाने शमला. असा नामाचा महिमा शंकर जाणतात. त्याचप्रमाणे वाराणसी क्षेत्रात मृत्यू पावणाऱ्या प्रत्येकाच्या कानात रामनामाचा तारक मंत्र म्हणतात, ज्यायोगे त्या जीवाला मुक्ती लाभते.

रामनाम सतत घेतल्याने द्वैताचे बंधन नाहीसे होते. द्वैत म्हणजे जीव आणि ईश्वर वेगळे मानणे होय. तत्त्वज्ञानाप्रमाणे या संपूर्ण जगतात ईश्वर कणाकणात व्याप्त आहे. परंतु माणूस गा जगापासून

स्वतःला वेगळे मानतो. इथे समर्थ रामदास स्वामींची गोष्ट आठवते. एका व्यक्तीने रामदास स्वामींना विचारले 'जग हे कसे निर्माण झाले?' त्यावर रामदास स्वामींनी उत्तर दिले,

'अगा जे झालेची नाही । त्याची वार्ता पुससी काही ।' हे जग निर्माण झाले नाही, तेव्हा त्याची कथा कशी सांगावी. या शब्दशः अर्थाने ती व्यक्ती गोंधळली. तेव्हां समर्थांच्या मनात द्वैत भावना नाही. संपूर्ण जगतात समर्थांना एकमात्र रामच दिसतो. समर्थांना केवळ रामनामाने ही परम उन्नत अवस्था लाभली. सर्व उन्नत वैष्णवांना ही उन्नत अवस्था लाभली असते, याविषयी ज्ञानदेव म्हणतात,

नामामृत गोडी वैष्णवा लाधली ।

योगिया साधली जीवनकळा ।

संत तुकाराम महाराजही हाच अनुभव एका अभंगात सांगतात,

विठ्ठल हा चित्तीं । गोड लागे गाता गितीं ।

आम्हां विठ्ठल जीवन। टाळ चिपळिया धन ॥

नाम अमृत प्रतिदिन सेवन करण्याने जीवन सर्वार्थाने विकसित होते. चंद्राच्या किरणांनी चंद्रकांत मणी पाझरतो. त्याप्रमाणे नामाच्या स्मरणाने भक्ताच्या हृदयात अमृत स्रवत जाते. कुण्डलिनी सिद्ध झालेल्या योग्यास चंद्रतळ्याचे अमृत प्राशन केल्यामुळे योगी रसरशीत व तृप्त दिसतो. तीच अवस्था परम भक्ताची असते. तुकाराम महाराज आपला अनुभव सांगतात,

प्रेमरसे झाली पुष्ट अंगकांती ।

त्रिविध नासती ताप क्षणे ॥

नामप्रेमी भक्तांचे उदाहरण देताना ज्ञानदेव प्रल्हाद आणि उद्धवाचा उल्लेख करतात. बालपणापासून प्रल्हाद नारायणाचे नाम

सतत घेत असे. हा संस्कार त्याच्यावर कसा झाला त्यामागची कथा अशी आहे.

प्रल्हादाचे पिता हिरण्यकश्यपू ब्रह्मदेवाच्या वरदानामुळे अजिंक्य झाले होते. हिरण्यकश्यपूने देवांचा युद्धात पराभव केला होता. चिडलेल्या इंद्राने हिरण्यकश्यपूच्या पत्नीला, कयाधूला गरोदर अवस्थेत पळवून ऋषींच्या आश्रमात ठेवले होते. मातेच्या गर्भात असतानाच प्रल्हादाने नारायणाचे नाम ऐकले होते. ऋषींच्या नाम संकीर्तनाचा प्रभाव त्याच्यावर बालपणापासून होत होता. पुढे हिरण्यकश्यपूने कयाधू व प्रल्हादाला राजवाड्यात आणले. राजप्रासादात प्रल्हादाचे नामसंकीर्तन हिरण्यकश्यपूला सहन झाले नाही. त्याने सेवकाद्वारे प्रल्हादाला उकळत्या तेलांत टाकून, विष पाजून, अग्नीत जाळून मारण्याचा प्रयत्न केला, तरी भक्त प्रल्हाद दरवेळी जिवंत राहिला. भक्त प्रल्हादाच्या नाम भक्तीचा महिमा असा विलक्षण होता.

यादव कुळातील भक्त उद्धव हेसुद्धा बालपणापासून श्रीकृष्णाचे भक्त होते. उद्धव हे पाच वर्षांचे असताना त्यांच्या आईने सकाळच्या वेळी भोजनासाठी हाक मारली. पण त्यावेळी खेळ खेळण्याच्या मिषाने बाल उद्धव श्रीकृष्ण पूजेत दंग होते. त्यांनी भोजनाचीही पर्वा केली नाही. उद्धवाच्या भक्तीमुळे ते श्रीकृष्णाचे लाडके भक्त झाले. भगवान श्रीकृष्णाने निजधामास जातेवेळी आपले सर्व ज्ञान उद्धवास दिले याची कथा श्रीमद्भागवत स्कंद ११ अध्याय २९ मध्ये सांगितली आहे. शेवटच्या चरणात ज्ञानदेव नाम हे सुलभ साधन असल्याचे प्रतिपादन करतात.

ज्ञानदेव म्हणे नाम हें सुलभ ।

सर्वत्र दुर्लभ विरळा जाणे ।

नामसाधना योग, यज्ञ, व्रत यापेक्षा सुलभ व बिनखर्चिक आहे.

तरीपण सर्व लोक नामसाधना करीत नाहीत, याचे उत्तर एकनाथ महाराज एकनाथी भागवतात देतात,

ऐसी तुझी सुलभ भक्ती ।

तरी अवघेंची भक्ती कां न करिती ॥

देवों म्हणे भाग्यें विण माझी भक्ती ।

न घडे निश्चित उद्धवा ॥

पूर्व सुकृताची अनुकूलता सर्व मानवांना नसते. त्यामुळे नाम सुलभ असले तरी सर्वांची प्रवृत्ती नाम घेण्याकडे असत नाही. ज्ञानेश्वर महाराजांच्या कृपेने आपण सर्व जीवनात नामस्मरणाचा छंद घेऊ या.

ॐ

अभंग नववा

विष्णूवीण जप व्यर्थ त्याचें ज्ञान

हिमालयातील एक संन्यासी साध्वीने सत्यकथा सांगितली. कथेचा सारांश याप्रमाणे आहे, उत्तरकाशीच्या एका मठात तिथले महंत आजारी होते. त्यांच्या उपचारासाठी उच्च विद्याविभूषित एका डॉक्टरांना बोलाविले. महंतांची तब्येत तपासून डॉक्टरांनी औषधे एका कागदावर लिहिली आणि तो कागद महंतांच्या उशीजवळ ठेवला. त्यावेळी वाऱ्याच्या झोताने तो कागद उडाला आणि जमिनीवर पडला. तिथे साफसफाई करणाऱ्या एका झाडुवाल्याने कागद उचलला आणि ती औषधांची नावे वाचली. डॉक्टरांना उद्देशून झाडुवाला म्हणाला, "त्या औषधांनी महंतांना साईड इफेक्टच होण्याची शक्यता आहे. तेव्हा आपण दुसरे हे औषध वापरा." औषधाचे नाव ऐकून डॉक्टर आश्चर्यचकित झाले आणि झाडुवाल्याला आपला खरा परिचय देण्यास सांगितले. आढेवेढे घेत झाडुवाल्याने आपला खरा परिचय दिला. तो म्हणाला, "मी मुंबईतला एक नामांकित सर्जन आहे. मुंबईत माझी लाखो रुपयांची दरमहा प्रॅक्टीस होती. संपत्ती, यश, कीर्ती मला मिळत असल्याने मला माझ्या वैद्यकीय ज्ञानाचा अहंकार झाला होता. त्यावेळी माझी एकुलती एक बहीण असाध्य रोगाने ग्रस्त होती. बहिणीला मीच बरे करू शकेल, या विश्वासाने मी तिचे ऑपरेशन केले. नंतर काही तासांनीच तिचा मृत्यू झाला. तिच्या मृत्यूने मी अंतर्मुख झालो. मला

वाटले, आपल्याला ज्ञान, पैसा, कीर्ती ईश्वराने दिली. तसाच बहिणीचा मृत्यू ईश्वराच्या इच्छेने झाला आहे. ईश्वराला जाणण्यासाठी आजपर्यंतच्या आयुष्यात मी काही केले नाही आणि आता तरी केले पाहिजे, या निश्चयाने मी मुंबईतील सर्व वैभव सोडून, माझी ओळख न देता या आश्रमात दाखल झालो. इथे गोशालेचे काम, साफसफाईचे काम व नाम-ध्यानादी साधना करतो. जीवनांत प्रथमच मला शांतीचा अनुभव येत आहे. ज्ञानदेव महाराजहही सांगतात, जीवनांत कितीही ज्ञान मिळाले, परंतु देवाचे नामस्मरण नसेल तर व्यर्थ आहे.

विष्णूवीण जप व्यर्थ त्याचें ज्ञान ।

रामकृष्णीं मन नाहीं ज्याचें ॥१॥

उपजोनि करंटा नेणे अद्वैत वाटा ।

रामकृष्णीं पैठा कैसा होय ॥२॥

द्वैताची झाडणी गुरूवीण ज्ञान ।

तया कैचें कीर्तन घडे नामीं ॥३॥

ज्ञानदेव म्हणे सगुण हें ध्यान ।

नामपाठ मौन प्रपंचाचें ॥४॥

व्यावहारिक दृष्टीने ज्ञान याचा अर्थ जगात व्यवहाराच्या दृष्टीने उपयोगी असणाऱ्या विविध शास्त्रांची विद्या मिळविणे. उदाहरणार्थ वैद्यकीय, इंजिनिअरींग, वाणिज्य किंवा कला शास्त्राबद्दल माहिती असणे. पारमार्थिक दृष्टीने ज्ञान म्हणजे वेद, उपनिषद, गीता तसेच संत साहित्याचा अभ्यास असणे. आध्यात्मिक दृष्टीने ज्ञान हा एक भगवद्प्राप्तीचा मार्ग आहे. गीतेत भगवद्प्राप्तीचे चार मार्ग सांगितले आहे.

(१) ज्ञान (२) कर्म (३) योग (४) भक्ती

ज्ञानमार्ग अतिशय कठीण असल्यामुळे सामान्य जनांसाठी ज्ञानदेव विष्णुजप अर्थात नामस्मरण याची भलावण करतात. ज्ञानदेव एका अभंगात ईश्वर प्राप्त झाला की, बुद्धीचे वैभव प्राप्त झाले, असे सांगतात.

बुद्धीचे वैभव अन्य नाही दुजे ।

एक्या केशवराजे सकळ सिद्धी ॥

जोपर्यंत मनुष्य साधना करीत नाही, तोपर्यंत मनुष्याला जीवनात शांतीचा प्रत्यय येत नाही. सुरुवातीला निर्देशित केलेल्या डॉक्टरच्या उदाहरणाप्रमाणे प्रत्येकाने संसाराचा त्याग करून साधना करावी, हे अपेक्षित नाही आणि ते सोपेही नाही. परंतु दिवसातल्या २४ तासांपैकी किमान २ तास ईश्वराचे नामस्मरण, भजन, पूजन आदि झाले पाहिजे.

आजकाल भारतीय कुटुंबातील वातावरण सुखदायक नाही. मुलं व्हीडीओ गेम्समध्ये गर्क, तर आईवडील करतात होमवर्क. सासू जाते क्लबमध्ये, तर सून जाते पबमध्ये, बायको जाते ब्युटीपार्लरमध्ये, तर नवरा जातो थिएटरमध्ये. आजी करते मॉलमध्ये शॉपिंग, तर आजोबा करतात टी. व्ही. सर्फिंग. याप्रकारे घरातील व्यक्तीमध्ये सुसंवादाचा अभाव आहे. जुन्या पिढीत घरात असणारे एकोप्याचे, खेळीमेळीचे, निष्ठेचे वातावरण आज कलंकित झाले आहे. आताच्या कुटुंबात सर्वच शिक्षित आहे, तरी असे कुटुबांचे निराशादायक चित्र कां ? याचे कारण ज्ञानदेव म्हणतात,

विष्णूवीण जप व्यर्थ त्याचें ज्ञान,

रामकृष्णीं मन नाहीं ज्यांचे ।

अशी मनाची अवस्था असल्याने असे घडत असते.

ईश्वराच्या प्राप्तीविषयी ज्ञानदेव आग्रही कां आहे? कारण ईश्वर सर्व नादांचा सुमुधर नाद आहे. स्वादाचा अप्रतिम स्वाद आहे. आनंदाचा पूर्णनंद आहे. सुखाचे महासुख आहे. तेजाचे धवल तेज आहे. तो अणूतही आहे आणि ब्रह्मांडाला व्यापूनही शिल्लक राहतो. तो ज्ञानाचाही संपूर्ण ज्ञाता आहे. थोडक्यात ईश्वर हा परिपूर्णतेची परिसीमा आहे. यासाठी ईश्वराला जाणण्याचा मानवाने विचार करावा.

सर्व प्राण्यांत मानवाला विचारशक्ती ही मोठी देणगी ईश्वराकडून मिळाली आहे. विचारशक्तीने ईश्वर प्राप्तीचे ध्येय ठेवून मानवाने ईश्वराची भक्ती केली, तर तो ईश्वराशी एकरूप होईल. कारण भक्त याची व्याख्या जो ईश्वरापासून विभक्त नाही, त्याला भक्त म्हणतात. या भक्ताला अद्वैताची पायवाट सापडली. त्यामुळे त्याची रामकृष्णस्वरूपी पैठा म्हणजे प्रतिष्ठा होईल. अद्वैताची प्रचिती कशी असते, याचे वर्णन ज्ञानेश्वरीत सांगितले आहे,

मग म्हणे सर्वत्र सच्चिदानंद ।

मीचि एक स्वत: सिद्ध ।

आपणेसी भेद । नेणोनि जाणे ॥

परंतु मानवाचा जन्म मिळून सच्चिदानंद स्वरूपाची प्राप्ती झाली नाही त्या मानवाला ज्ञानदेव करंटा असे म्हणतात. द्वैत भावना म्हणजे जीव व शिव भिन्न मानते. ही भावना दूर सारून जीवाशिवाचे ऐक्य कसे साधायचे, हे सद्गुरू सांगतात. यासाठी सद्गुरूची आवश्यकता एकनाथ महाराज सांगतात,

न करित सद्गुरू भक्ती ।

कदा नोहे परमार्थ प्राप्ती ॥

सद्गुरू प्राप्त होऊनही शिष्य द्वैत भावनेपासून मुक्त झाला काय, हे केवळ गुरूच ठरवू शकतात. यासाठी ज्ञानदेव म्हणतात, 'द्वैताची झाडणी गुरुवीण ज्ञान' दीर्घकाळ साधनेनंतरही शिष्यात द्वैतभाव राहिला तर गुरू, शिष्यांना कसे सप्रमाण पटवून देतात, याविषयी एक कथा आहे.

एका गुरूजवळ तीन शिष्यांनी १२ वर्षे साधना केली. त्यांची परीक्षा करावी म्हणून गुरूनी तीनही शिष्यांना प्रत्येकी एक सफरचंद दिले आणि शिष्यांना सांगितले की; कुणी तुम्हाला पाहणार नाही, अशावेळी सफरचंद खाऊन टाका आणि आश्रमात लवकर परत या. पहिला शिष्य आश्रमाबाहेर आला आणि कुणी आपल्याला पाहत नाही, हे पाहून सफरचंद खाऊन टाकले व आश्रमात परतला. दुसरा शिष्य आश्रमापासून २ मैल दूर गेला आणि निर्जन स्थळी सफरचंद त्याने खाल्ले. तिसरा शिष्य पूर्ण गावाला प्रदक्षिणा करून आश्रमात परत गेला व गुरुजींना सफरचंद देऊन टाकले. गुरुजींनी विचारले, तू सर्वात उशिरा आश्रमात पोहोचला तरी सफरचंद का खाल्ले नाहीस. तिसऱ्या शिष्याने उत्तर दिले, मला गावात किंवा निर्जन स्थळी माणूस किंवा झाड वा पशुपक्षी या रूपाने ईश्वर मला पाहत असल्याचा बोध होत होता आणि म्हणून मी सफरचंद खाल्ले नाही. गुरू या शिष्यावर प्रसन्न झाले आणि म्हणाले, तू खरा अद्वैत बोधाचा अधिकारी आहेरा.

अद्वैत किंवा आत्मबोध यासाठी ध्यान व नाम या दोन साधनांचा ज्ञानदेव शेवटच्या चरणांत उल्लेख करतात,

_ज्ञानदेव म्हणे सगुण हें ध्यान ।_

_नामपाठ मौन प्रपंचाचे ॥_

ध्यान हे ईश्वर साक्षात्काराचे एक प्रमुख अंग आहे. ध्यानाचे तीन प्रकार आहेत.

(१) प्रतीक ध्यान (२) ध्येयानुसार ध्यान (३) अहंग्रह ध्यान.

(१) प्रतीक ध्यान : विष्णुरूप म्हणून शाळिग्राम किंवा शंकराचे प्रतीक म्हणून शिवलिंग याचे ध्यान करणे.

(२) ध्येयानुसार ध्यान: शास्त्रांनी जे ध्येय मानले आहे, त्याचे ध्यान करणे. उदाहरणार्थ, शास्त्रात वर्णन केल्याप्रमाणे शंख, चक्र, कमळ, गदा धारण करणाऱ्या चतुर्भुज विष्णू मूर्तीचे ध्यान करणे. याला सगुण ध्यान असेही म्हणतात.

(३) अहंग्रह ध्यान: ब्रह्माचे आत्म्याशी अभेद चिंतन करून ध्यान करणे, याला अहंग्रह ध्यान म्हणतात.

ज्ञानेश्वर महाराज म्हणतात,

ब्रह्मध्यासें स्वयं ब्रह्माचि होइजे ।

जीवत्व लोपिजे सहजचि ।

ध्यानाच्या तीन प्रकारात सामान्य साधकाला सगुण ध्यान करावे, असे ज्ञानदेव सांगतात. संत तुकाराम महाराजही सगुण मूर्तीच्या अलौकिक सौंदर्याने मानवी मन मोहित होते, असे एका अभंगात सांगतात,

तुज पाहता समोरी । दृष्टी न फिरे माघारी ॥

माझे चित्त तुझें पाया । मिठी पडली पंढरीराया ॥

सगुण ध्यानाने व नामपाठाने म्हणजे निरंतर नामस्मरणाने प्रपंचाचे मौन होते. प्रपंचाचे मौन होते, याचा अर्थ प्रपंच निवृत्ती होते. मौन याचा अर्थ न बोलता व्यवहार करणे, असा आपण समजतो. परंतु खरा अर्थ स्वतःसंबंधी, प्रपंचाविषयी, जगताविषयी मनात विचार न येणे याचा अर्थ मौन साधना होय.

स्वप्नातील संसार जसा काल्पनिक असतो, तसा जागृत प्रपंचही मिथ्या असतो आणि केवळ ईश्वर सत्य आहे, असा वेदांताचा सिद्धान्त आहे. ध्यान करताना प्रथम विचार, विकाराचे

तरंग मनात उमटतात. परंतु भगवद् ध्यानाकडे मन असल्यामुळे हळूहळू सर्व विचार, विकार नाहीसे होतात. एका अभंगात ज्ञानेश्वर महाराज सांगतात,

जेथ हे संसारचित्र उमटे ।

तो मनोरूपी पट फाटे ।

जैसें सरोवर आटे ।

मग प्रतिमा नाही ॥

सरोवराच्या पाण्यात प्रतिबिंब दिसते. परंतु पाणी आटले की, प्रतिबिंब दिसत नाही. तसेच ध्यानांत मन नाहीसे झाले की विचार, विकार सर्व नाहीसे होतात आणि मूळ ईश्वरस्वरूप आत्म्याची प्रचिती येते. तुकाराम महाराज हाच आपला अनुभव सांगतात,

अचल न चळे ऐसें झालें मन ।

धरूनि निजखूण राहिलोंसे ॥

आपणही सर्व साधकांनी ध्यान व नाम साधनेद्वारा आत्मबोध करून घेऊया.

卐

अभंग दहावा

त्रिवेणींसंगमीं नाना तीर्थें भ्रमी

संत तुकाराम महाराजांच्या जीवनातील घटना आहे. महाराज आपल्या घरी पांडुरंग, पांडुरंग असे नामस्मरण करीत होते. त्यावेळी देहू गावची मंडळी आली आणि महाराजांना तीर्थयात्रेला आमच्यासोबत यावे, असा आग्रह करू लागली. तुकाराम महाराजांनी विनयाने सांगितले, माझे येणे जमत नाही. पण तुम्ही या कडू दुधी भोपळ्याला घेऊन जा आणि प्रत्येक तीर्थक्षेत्री त्याला पवित्र जलाने स्नान घाला. देहूचे लोक त्या दुधी भोपळ्याला आपल्यासोबत घेऊन गेले.

सहा महिन्यांनी सर्व यात्रेकरू परत आले आणि तुकाराम महाराजांना तो दुधी भोपळा परत दिला. दुसऱ्या दिवशी सर्व यात्रेकरूंना महाराजांनी जेवणाचे आमंत्रण दिले. दुसऱ्या दिवशी गोड पक्वान्नाचे जेवण सर्व यात्रेकरूंना आवडले. पण दुधी भोपळ्याची भाजी कडू असल्याची सर्वांनी ओरड केली. तुकाराम महाराज आश्चर्य दाखवित त्या यात्रेकरूंना म्हणाले की, इतक्या तीर्थस्नानानंतरही कडू दुधी भोपळ्याचा कडूपणा गेला नाही. म्हणजे परिणाम झालेला दिसत नाही. तुकाराम महाराजांच्या बोलण्याचा भावार्थ यात्रेकरूंच्या लक्षात आला. मनुष्याचे अंतःकरण पवित्र नसले तर तीर्थस्नानाचा चांगला परिणाम होत नाही.

श्री ज्ञानदेवसुद्धा सांगतात, भगवंताचे नामस्मरण न केल्यामुळे अंतःकरण पवित्र नसेल तर तीर्थयात्रेचे फळ व्यर्थ होते.

त्रिवेणींसंगमीं नाना तीर्थें भ्रमी ।

चित्त नाहीं नामीं तरि तें व्यर्थ ॥१॥

नामासी विन्मुख तो नर पापिया ।

हरिवीण धांवया न पवे कोणी ॥२॥

पुराणप्रसिद्ध बोलिले वाल्मीक ।

नामें तीन्ही लोक उद्धरती ॥३॥

ज्ञानदेव म्हणे नाम जपा हरीचें ।

परंपरा त्याचें कुळ शुद्ध ॥४॥

शास्त्रात पुण्यप्राप्तीची अनेक साधने सांगितली आहेत. या साधनांमध्ये तीर्थयात्रेचाही समावेश आहे. पद्मपुराण, भागवत, महाभारतात अनेक तीर्थांचा व त्याच्या महात्म्याचे वर्णन केले आहे. जसे कपीतीर्थ, ब्रह्मतीर्थ, कंबुतीर्थ, प्रयाग तीर्थ इत्यादी. या सर्व तीर्थांत प्रयागचे महत्त्व जास्त आहे. प्रयागला त्रिवेणी संगम असे म्हणतात. इथे गंगा, यमुना आणि सरस्वती नदीचा संगम आहे. प्रयाग क्षेत्री दरवर्षी लाखो लोक तीर्थस्नानाला येतात आणि कुंभमेळ्यात कोटी कोटी लोक तीर्थस्नानाला येतात.

अभंगात ज्ञानदेव म्हणतात, जर मनुष्य नामस्मरण करीत नसेल आणि केवळ तीर्थयात्रा करीत असेल तर व्यर्थ आहे आणि शास्त्रात तर तीर्थयात्रेचे महत्त्व सांगितले आहे. या दोन परस्परांविरुद्ध विधानांनी सामान्य मनुष्याच्या चित्तात संभ्रम उत्पन्न होतो. तेव्हा याचे शास्त्रीय उत्तर असे आहे.

(१) जे लोक ईश्वरावर विश्वास ठेवत नाहीत, नाम घेत नाही, परंतु तीर्थयात्रा करतात, त्यांना तीर्थयात्रेचा लाभ होत नाही.

(२) जे लोक सामान्य नामनिष्ठ आहे, म्हणजे जे लोक भगवंताचे नामही घेतात आणि इतरही धर्मसाधने जसे तीर्थयात्रा निष्ठेने करतात, या लोकांना तीर्थस्नान पावन करते.

(३) जे लोक विशेष नामनिष्ठा आहे, म्हणजे जे भक्त सदैव नामात दंग असतात. या भक्तांना तीर्थस्नानाची गरज वाटत नाही. जसे, संत तुकाराम महाराज म्हणतात,

अवघे होती लाभ एका या चिंतने ।

नामसंकीर्तने गोविंदाच्या ।

हेंचि माझें तीर्थ हेंचि माझें व्रत ।

सत्य हें सुकृत नाम तुझें ॥

सदैव नामात दंग असणाऱ्या संत ज्ञानदेव आणि नामदेव यांनी तीर्थयात्रा केल्याचा उल्लेख त्याच्या चरित्रात आपल्याला आढळतो. त्यांच्या तीर्थयात्रेचे प्रयोजन काय असावे, असा प्रश्न आपल्या मनात येणे शक्य आहे. यासाठी आपल्याला भागवतातील संदर्भ जाणून घेतला पाहिजे. भगीरथाने तपश्चर्येने गंगेला आपल्या पितराच्या उद्धारासाठी भूतलावर आणले, ही कथा सर्वांना माहीत आहे. गंगामातेने त्यावेळी भगीरथाला असे विचारले की, पापी जन माझ्या जलाने पवित्र होतील. परंतु त्यांचे पाप हरण केल्याने मी मलीन होईन. तेव्हा भगीरथाने उत्तर दिले होते, 'मृत्युलोकांत जे संत राहतात, त्यांच्या संगतीने तू पापरहित होशील. '

भागवतातल्या स्कंध ९, अध्याय ९, श्लोक ६ चा अर्थ सांगतो. त्यागी, शांत, साधक लोकांना पावन करणारे साधू गंगेचे पाप हरण करतील. कारण त्याच्याजवळ सर्व पातकांचा नाश करणारा हरि सदैव वास करीत असतो. तेव्हा ज्ञानेश्वर, नामदेवांसारखे संत महात्मे तीर्थयात्रा करण्याच्या कृतीने तीर्थांनाच पवित्र करतात, हे आपण

लक्षात घेतले पाहिजे.

अभंगाच्या दुसऱ्या चरणात ज्ञानदेव म्हणतात,

नामासी विन्मुख तो नर पापिया,

हरिविण धांवया न पवे कोणी

नामस्मरणास विन्मुख असणारा कोणीही असला तरी तो पापी होय आणि केवळ हरिच त्याचा उद्धार करू शकतो. संत निळोबाराय हीच भावना एका अभंगात व्यक्त करतात.

निळा म्हणे पाप मुख्य तेंचि साचें ।

नावडे देवाचें नाम मुखीं ॥

ईश्वराला जो मानत नाही, तो भौतिक सुखासाठी कोणतेही पाप करतो. चोरी, बलात्कार, खून करणे यासारखे पापी जगात कमी आहे. पण आर्थिक व्यवहारात पापे करणाऱ्यांची संख्या चढत्या भाजणीने आहे. शेळी जशी सतत चरतच असते, वारा जसा वाटेल तिकडे वाहतच असतो आणि अग्नी जसा पुढे येईल, त्याला जाळीतच असतो. त्याप्रमाणे वाममार्गाने पैसे कमविणारे कोणत्याही निषिद्ध मार्गाने पैसे मिळवित असतात. एक विनोदी वाटणारी पण सत्यांश असलेली कथा आहे.

एक शाळा निरीक्षक एका खेड्यातील शाळेत ५ वीच्या वर्गात तपासणीसाठी गेले. निरीक्षकांनी विद्यार्थ्याला या देशाच्या पंतप्रधानांचे नाव विचारले. विद्यार्थ्याने 'रामदेव' असे उत्तर दिले. निरीक्षक विद्यार्थ्याला म्हणाला की, तुझे नाव या शाळेतून काढून टाकतो. तुला या साध्या प्रश्नाचे उत्तर देता आले नाही. तेव्हा विद्यार्थी म्हणाला, मी या शाळेचा विद्यार्थी नाही. मी मेंढ्या पाळणारा धनगर आहे. मला गुरुजींनी दहा रुपये देऊन या वर्गात आज बसविले आहे. तेव्हा शिक्षकाला असा खोटा व्यवहार का केला असे निरीक्षकांनी

विचारले. त्यावर शिक्षक म्हणाले, मी खरा शिक्षक नाही. मला खऱ्या शिक्षकाने ५० रु. देऊन स्वतः शिक्षक आज आठवडी बाजाराला गेला. शाळेच्या मुख्याध्यापकाकडे या शिक्षकाची तक्रार निरीक्षकांनी केली. मुख्याध्यापकाने त्याला ५०० रुपये दिले व म्हणाले, हे माझ्या मामांनी म्हणजे खऱ्या मुख्याध्यापकांनी तुम्हाला द्यायला सांगितले आहे. कारण आज ते जिल्ह्याच्या कोर्टात गेले आहे. निरीक्षकांनी ५०० रुपये खिशात ठेवले आणि म्हणाला 'माझा मित्र खरा निरीक्षक आहे. तो जर आज इथे आला असता तर मुख्याध्यापकाला शाळेतील गैरप्रकाराबाबत नोकरी सोडावी लागली असती.'

विनाकष्ट आणि अप्रामाणिकपणा करून पैसे कमाविणे हे कुणाला पाप वाटत नाही. आज शिक्षक, मुख्याध्यापक, कर्मचारी ते कलेक्टर किंवा मोठमोठे मंत्री आर्थिक पापात सहभागी आहेत. परंतु हे भ्रष्ट धन खरे सुख देत नाही, कवी दिलीप अंबिके म्हणतात,

धन मृगजळ जाण । धावसी तू वणवण ।

परी दुःखाची खाण । सुखाची रे चणचण ॥

भ्रष्ट मार्गाने धनवंत झालेले लोक खऱ्या सुखाला पारखे होतात. अशा लोकांनी ज्ञानदेवांचा उपदेश ऐकावा. पश्चातापपूर्वक हरिला आळवावे. म्हणजे 'तेषामहं समुद्धर्ता' या गीतेतील वचनाप्रमाणे भगवंत त्याचा सांभाळ करतात. श्री रामदास स्वामी हेच भगवंताचे कार्य एका ओवीत सांगतात,

कांहींच न करूनि प्राणी । रामनाम जपे वाणी ।

तेणें संतुष्ट चक्रपाणी । भक्तांलागी सांभाळी ॥

केवळ नामस्मरणाने एवढा चमत्कार व्यक्तींच्या जीवनात होईल यावर विश्वास कसा ठेवावा? यासाठी श्री ज्ञानदेव वाल्मीकि ऋषींचा दृष्टांत देतात. प्रातः स्मरणीय वाल्मीकी ऋषी पूर्व आयुष्यात वाल्या कोळी होते. प्रपंचासाठी जंगलात येणाऱ्या प्रवाशांची लूट करून

त्याला मारून टाकीत असत. याप्रमाणे अगणित लोकांचा त्याने वध केला. एकदा नारद मुनी त्या जंगलात आले. नारद मुनींनी वाल्याला विचारले की, 'तू तुझ्या बायका मुलांना विचारून ये की, ते मनुष्यवधाच्या पापात भागीदार आहेत काय?' वाल्या कोळ्याची बायको व मुलांनी या पापात भागीदार होण्याचे नाकारले. त्यामुळे वाल्या कोळ्याच्या अंतःकरणात परिवर्तन झाले. नारद मुनींच्या उपदेशाप्रमाणे त्यांनी अखंड रामनामाचा जप केला. भगवंताच्या कृपेने त्यांच्या पापाचे निर्दालन होऊन ते वाल्मीकि ऋषी झाले. सुरवंटाचा विकास फुलपाखरांत होताना कुणाला दिसत नाही. रंगीबेरंगी फुलपाखरू मात्र सर्वांचे लक्ष वेधून घेते. केळीच्या झाडाला फूल आलेले कुणाला दिसत नाही. पण केळीच्या झाडाला लगडलेले भरघोस केळीचे घड, सर्वांच्या लक्षात राहतात. तसेच सामान्य माणसाची नामजपाने होणारी आंतरप्रक्रिया कुणाला समजत नाही. पण सतत नामजपाने भक्त झाल्यावर त्याच्या दैवीगुणांनी समाजमन प्रभावित होते. श्री वाल्मीकी ऋषींनी लिहिलेल्या रामायण ग्रंथाने कोटीकोटी लोकांच्या मनावर आजही गारुड केले आहे. वाल्या कोळ्याच्या या कथेवर रामदास स्वामी म्हणतात,

उफराट्या नामासाठीं । वाल्मीक तरला उठाउठीं ।

भविष्य वदला शतकोटी । चरित्र रघुनाथाचें ।

अभंगाच्या शेवटच्या चरणात नामधारकाला मिळणाऱ्या फलाची चर्चा श्री ज्ञानदेव करतात. जी व्यक्ती हरिनामाच्या निष्ठेने जप करते, ती व्यक्ती पवित्र आणि शुद्ध होते. **या शुद्ध भक्तांचा नामजप अग्निकुंडात तुपाची संततधार पडावी, तसा अखंड असतो. किंवा गंगेचे पात्र जसे अक्षय वाहत असते त्याप्रमाणे अक्षय जप असतो. या भक्ताच्या अखंड नामजपामुळे त्याची माता, पिता, पितामह, प्रपितामह आणि उभय कुळे पवित्र होतात.**

स्वतःबरोबर संपूर्ण कुळाचा उद्धार करणारी व्यक्ती धन्य होय. श्री ज्ञानदेव म्हणतात,

सकळ कुळाचा तारकु ।

तोचि जाणावा पुण्यश्लोकु

पांडुरंगी रंगला निःशंकु ।

धन्य जन्म तयाचा ॥

श्री तुकाराम महाराज म्हणतात, अनेक कन्या, पुत्र संतती असण्यापेक्षा एखादाच नामधारक पुत्र झाला तर त्याच्या प्रभावाने संपूर्ण कुळाचा उद्धार होतो.

पुरे एकचि पुत्र मायपोटीं ।

नामस्मरणें उध्दरी कुळें कोटी ॥

आपणही आपल्या कुळाचा उद्धार व्हावा यासाठी निष्ठेने हरिजप करू या.

ॐ

अभंग अकरावा

हरी उच्चारणीं अनंत पापराशी...

संत गोंदवलेकर महाराज एकदा अबूच्या जंगलातून जात होते. वाटेत एका भिल्ल लोकांच्या टोळीने त्यांना पकडले. जंगलातील आपल्या निवासस्थानाकडे नेतांना त्यांना निरनिराळ्या प्रकारे त्रास देऊ लागले. भिल्लांच्या निवासस्थानी पोहोचल्यावर त्यांनी आपले अन्न शिजविले. तेव्हा एका म्हाताऱ्या भिल्लाने महाराजांना जेवणासाठी आग्रह केला. महाराज म्हणाले, मी जेवत नाही. केवळ दूध पितो. तिथे उपस्थित असणाऱ्या तरुणांनी खोडसाळपणा म्हणून एक मारकी वांझ गाय तिथे आणली. महाराज गाईजवळ गेले आणि प्रेमाने गाईच्या पाठीवर हाथ फिरवून म्हणाले, 'माय मी उपाशी आहे, मला पोट भरेल एवढे दूध दे.' त्याबरोबर त्या गाईला पान्हा फुटला आणि तिने भरपूर दूध दिले. महाराजांनी दूध प्राशन करून आपली भूक शमविली. तेव्हा खोडसाळपणा करणारे तरुण घाबरले आणि त्यांनी महाराजांची क्षमा मागितली. महाराजांनी सर्वांना नाममंत्र दिला आणि पथ्य म्हणून चोरी न करण्याचे सांगितले. भिल्लांनी नाममंत्र घेताच चोरी न करण्याचे कबूल केले. अशा रीतीने चोरीच्या पापांपासून भिल्ल लोक मुक्त झाले.

मनापासून हरिनामाचे उच्चारण केले तर अनंत पापापासून मुक्तता होत असल्याचा संदेश ज्ञानेश्वर महाराज खालील अभंगात

देतात.

हरी उच्चारणीं अनंत पापराशी ।

जातील लयासी क्षणमात्रें ॥१॥

तृण अग्निमेळें समरस झालें ।

तैसें नामें केलें जपतां हरी ॥२॥

हरी उच्चारण मंत्र हा अगाध ।

पळे भूतबाध भेणें तेथें ॥३॥

ज्ञानदेव म्हणे हरि माझा समर्थ ।

न करवे अर्थ उपनिषदां ॥४॥

पहिल्या चरणात पाप या शब्दाचा उल्लेख आहे. पापाची व्याख्या काय? मानवाकडून स्वार्थाच्या लोभापोटी शास्त्रविरुद्ध निषिद्ध हिंसादि कृत्ये, स्वकर्तव्याचा त्याग आणि इंद्रिय निग्रह नसल्यामुळे घडणारी नीच कर्में याला पाप म्हणतात. पापांचे तीन प्रकार आहे.

* कायिक पाप तीन कृत्याद्वारे होते -

(१) मोबदला दिल्यावाचून कोणतीही वस्तू घेणे (२) हिंसा कर्म (३) परस्त्रीसंबंध ठेवणे.

* वाचिक चार पाप आहेत - (१) दुसऱ्यांना दुखविणारे कठोर भाषण करणे (२) खोटे बोलणे (३) असंबद्ध भाषण (४) कुटिल भाषण करणे

* मानसिक पापें तीन तऱ्हेने होतात - (१) धनलालसेने दुसऱ्याचे धन हरण करण्याची इच्छा (२) मनाने दुसऱ्याचे वाईट चिंतणे (३) मिथ्थ्याभिमान (खोटा अभिमान).

पापकर्माचे फळ दुःखप्राप्ती असते. उदाहरणार्थ, चोरी करताना मानसिक क्लेश होतात. कारण मनुष्याला आतला आवाज सांगत

असतो, चोरी हे निंद्य कर्म आहे. चोरी केल्यानंतर धनलाभाचा उपभोग घेताना शांती वाटत नाही आणि चोरी पकडली गेली तर तुरुंगात जावे लागते. अपकीर्ती होते. हे सर्व जरी खरे असले तरी मनुष्य पापे का करतो, हा प्रश्न सामान्य मानवालाच काय, ज्ञानी अर्जुनाला पडला होता. गीतेच्या तिसऱ्या अध्यायात अर्जुन कृष्णाला विचारतो हे कृष्णा स्वतःची इच्छा नसतानाही पुरुष किंवा स्त्री कोणाकडून प्रेरित होऊन पाप करतो. या प्रश्नाला श्रीकृष्ण उत्तर देतात,

काम एष क्रोध एव रजोगुणसमुभ्दवः ।

महाशनो महापाप्मा विध्दयेनमिह वैरिणम ॥ गी ३-३७

रजोगुणापासून उत्पन्न होणारे कामक्रोध हे अग्नीप्रमाणे तृप्त न होणारे महापापी आहेत. थोडक्यात मनुष्यातील काम व क्रोध हेच पापवृत्ती निर्माण होण्यास कारणीभूत आहेत. सत्त्वगुणी होण्यासाठी चित्तातील कामक्रोध कसे नाहीसे होणार? याचे उत्तर एकनाथ महाराज एकनाथी भागवतात देतात,

माझी कथा माझें नाम । सकळ पातकां करी भस्म ।

हेंचि चित्तशुध्दीचे वर्म । अति सुगम उद्धवा ।

भागवताची पवित्र हरिकथा श्रवण करावी. त्यायोगे मनात भक्तिभाव उदित होतो आणि मनःपूर्वक नामस्मरणाद्वारे पाप लयाला जाते. कवी अंबिके म्हणतात.

नाम स्मरते ईश्वर । पाप धुते खरोखर ।

एखादा गवताचा मोठा साठा, छोट्या अग्नीच्या ठिणगीने जळून जातो. त्याप्रमाणे राम, हरी यासारख्या अल्पाक्षरी नामाने माणसाची पातके जळून भस्म होतात. नामदेव महाराज म्हणतात,

हरीचे सतत नामस्मरण केले तर हृदयात भक्तीचा उदय होतो. भक्तीने मानवाचे जीवन बदलते. जसे रुक्ष निष्पर्ण पृथ्वीवर पावसाचा शिडकावा होताच, हिरव्या हिरव्या तृणांकुराने पृथ्वीचे रूप सुंदर होते. त्याचप्रमाणे भक्तीने मानवाचे जीवन सुंदर होते. **भक्तीने मानव उपाशी राहिला तर तो उपवास होतो. साध्या जळाला भक्तीचा स्पर्श झाला, तर ते चरणामृत होते. भक्तीची भावना अन्नाला केली, तो प्रसाद ठरतो. प्रवास भक्तीने केला तर प्रवासाचे रूपांतर यात्रेत होते. भक्तीने संगीताची साथ धरली, तर ते कीर्तन होते. मानव किंवा देवासंबंधी भक्तीने उत्तम कर्म केले तर ती सेवा होते.** यावरून लक्षात येईल की, नामस्मरणाचे रूपांतर भक्तीत आणि भक्तीचे रूपांतर मानवी जीवन ध्यन होण्यात होते.

तिसऱ्या चरणात ज्ञानदेव म्हणतात,

मंत्र या शब्दाची व्याख्या ज्याच्या मननापासून जीवाचे रक्षण होते, त्यास मंत्र म्हणतात. मंत्र अनेक आहेत. जसे मृत्युंजय मंत्र, गायत्री मंत्र, निरनिराळ्या ग्रहांचे मंत्र इत्यादि. मंत्र उच्चारण करण्यास कठीण असतात. मंत्राचे उच्चारण शुद्ध न झाल्यास अपेक्षित फळ मिळत नाही. परंतु नाममंत्र सोपे असून फळ देणारे असतात. संत निळोबाराय म्हणतात,

ज्ञानदेव म्हणतात, नाममंत्राने भूतबाधेचे निरसन होते. श्री रामदास

स्वामी आग्रहाने सांगतात की, नामजपावर निष्ठा असली तर भूतबाधेचे निवारण होते.

भूत पिशाच्य नाना छंद । ब्रह्मगृहो ब्राह्मणसमंध ।

मंत्रचळ नाना खेद । नामनिष्ठें नासती ॥ द४ स३ ओ१२

धुराचे लोट कितीही उंच असले, तरी ते वाऱ्याची गती रोखू शकत नाही. अंधकार कितीही वाढला तरी सूर्यबिंबाला ग्रासू शकत नाही. त्याचप्रमाणे देवयोनी भूतयोनीपेक्षा श्रेष्ठ असल्यामुळे, देवाचे नाम जपणाऱ्याला भूतबाधा होत नाही. आधुनिक विचारसरणी असणारे लोक भूतबाधेवर विश्वास ठेवीत नाही. परंतु याही लोकांना एका भुताची हमखास बाधा होते. या भुताला ज्ञानेश्वर महाराज अहंकाराचे भूत असे एका ओवीत म्हणतात.

जे बहुता अवांतर । अहंकाराचा भूत संचार ।

सौंदर्यवान स्त्रीला सौंदर्याचा, पहेलवानाला शक्तीचा, पंडिताला अगाध ज्ञानाचा, धनवंताला धनाचा आणि राजकारण्याला सत्तेचा अहंकार असतो. श्री एकनाथ महाराज सांगतात, केवळ ईश्वराचे नाम, भजन या अहंकाराचे निर्दालन करते.

यालागीं माझे भजन निर्दळी देहाभिमान ।

माझें निजभजनेंवीण जाण । देहाभिमान तुटेना ॥

चौथ्या चरणात ज्ञानदेव म्हणतात,

ज्ञानदेव म्हणे हरि माझा समर्थ ।

न करवे अर्थ उपनिषदां ॥

या जगात प्रत्येक जण आपली ओळख स्वतःचे शिक्षण, हुद्दा, जातपात, वडिलांची कीर्ती इत्यादीद्वारे सांगतात. संत ज्ञानदेव

आपली ओळख 'हरि माझा समर्थ' अशी सांगतात. हाच भाव त्यांच्या दुसऱ्या एका अभंगात व्यक्त होतो.

माया विवर्जित झालिये वो । माझे गोत पंढरिये राहिले वो ।

संत तुकाराम महाराज एका ओवीत आपली ओळख देतात.

कृष्ण माझी माता, कृष्ण माझा पिता ।

बहीणी, बंधु चुलता, कृष्ण माझा ॥

ज्ञानदेव हरी माझा आहे, अशी ओळख करून दिल्यानंतर, तो समर्थ आहे, हे त्याचे वैशिष्ट्य सांगतात. हरीच्या सामर्थ्यांचे म्यां पामरे काय वर्णन करावे.

कमलपत्राप्रमाणे नेत्र असणारा आणि कोटी सूर्याचे तेजाने तळपणारा हरि केवळ आपल्या संकल्पाने हे विराट विश्व निर्माण करतो आणि सुनियोजितपणे चालवितो. मानवाने केलेली निर्मिती आणि त्याद्वारे होणारे उत्पात, अपघात पाहिले तर ईश्वरी कार्याचे मोल कळून येते. जसे मानवाने निरनिराळी वाहने निर्माण केली, पण त्याद्वारे असह्य प्रदूषण होते. पृथ्वीवर वाहनांचे अपघात होतात, ते गर्दीमुळे मानले तरी मोकळ्या आकाशात विमानाचे अपघात होतात. अफाट समुद्रात जहाजांचे अपघात होतात. आकाशात अनेक ग्रह त्यांचे उपग्रह आहेत. हे सर्व ग्रह, उपग्रह हजारो वर्षांपासून अवकाशात फिरत आहेत. तरी या ग्रहांची टक्कर होऊन अपघात होत नाही. सूर्य रोज वेळेवर उगवतो आणि नियोजित वेळी मावळतो. सूर्य मावळल्यावर अंधार होऊ नये, चंद्र आकाशात उगवतो. दिवसा व रात्री मानवाचे व्यवहार सुरळीत होण्यासाठी ही हरीची कृपा आहे. बारा महिने सर्व नद्यांचे पाणी समुद्रात भर टाकत असते, तरी समुद्र आपली सीमा ओलांडत नाही. मानवाच्या प्रश्वासाद्वारे कर्बाम्ल वायूमुळे प्रदूषण होऊ नये, यासाठी भिन्न वनस्पती या दूषित कर्बाम्लवायूचे शोषण करतात आणि मानवाला उपकारक असा

प्राणवायू हवेत पसरवितात. ही भगवंताची योजकता नव्हे काय ? पर्जन्याचे आगमन वेळेवर होऊन, जमिनीत एका धान्याच्या बीजाद्वारे हजारो पटींनी धान्य मिळते. इतकेच काय हे अन्नधान्य शिजवून खाल्ल्यानंतर या अन्नाचे रूपांतर रक्त व इतर सप्तधातूत सहज होणे, ही ईश्वरी किमया आहे. आज मानव विज्ञानातील प्रगतीची बढाई मारीत असला, तरी मानवी रक्ताचे उत्पादन प्रयोगशाळेत अद्यापही तो करू शकला नाही, ही वस्तुस्थिती आहे.

भगवंताच्या सामर्थ्यांची झलक विश्वरूप दर्शन या गीतेच्या अकराव्या अध्यायात दिसते. भीष्म, द्रोण, कर्ण यासारखे महावीर असलेल्या कौरवांच्या बलिष्ठ सैन्याला भगवंत तुच्छ लेखतात. भगवंत अर्जुनाला म्हणतात, माझ्यासमोर असलेले हे सैन्य मृगजळाला पूर यावा, तसे किंवा कापडाचा साप करावा अथवा शस्त्र घेतलेली बाहुली उभी करावी तसे हे सैन्य माझ्यासमोर कुचकामी आहे. तेव्हा ईश्वरी सामर्थ्याचे वर्णन अपरंपार आहे, हे मान्य केले पाहिजे. त्याच्या सामर्थ्याचा अंदाज मानवाला तर लागत नाहीच पण वेद, उपनिषद यांनाही लागत नाही. श्री ज्ञानदेव म्हणतात,

अनुमानेना अनुमोनना ।

श्रुति नेति नेति म्हणती एक गोविंदु रे ॥

ईश्वराच्या अपार सामर्थ्याची आपल्यावर कृपा व्हावी यासाठी आपण सहर्ष नामस्मरण करु या.

अभंग बारावा

तीर्थ व्रत नेम भावेंवीण सिद्धि

स्वामीराम कॉलेजमध्ये शिकत असतानाची गोष्ट आहे. एकदा उन्हाळ्याच्या सुटीत ते गुरूजवळ गेले होते. गुरूंनी त्यांना सांगितले की, या सुटीचा उपयोग तू साधना करून आध्यात्मिक अनुभव घे. दार्जिलिंग शहराच्या बाहेर एक ओढा आहे. तिथे जवळच असलेल्या स्मशानभूमीत ४१ दिवस साधना कर आणि काहीही झाले तरी ते स्थान व साधना सोडू नको.

गुरुबद्दल स्वामीराम यांचा एकनिष्ठ भाव असल्यामुळे त्यांनी ही साधना करण्याचे ठरविले. स्मशानाजवळ एक झोपडी बांधून स्वामीराम यांनी साधना सुरू केली.

एकोणचाळीस दिवस साधना झाल्यानंतरही त्यांना काही आध्यात्मिक अनुभव आला नाही. तेव्हा स्वामीराम यांच्या मनाने बंड केले. आतापर्यंत काहीच अनुभव आला नाही. तेव्हा अजून २ दिवस अशा विराण जागी कशाला राहावयाचे, या निराशाजनक विचारांनी त्यांनी झोपडी मोडून टाकली आणि अंगावर एक शाल पांघरून गावात फिरायला गेले.

एका प्रशस्त घराजवळून जाताना त्यांना एका नर्तकीचा गाणे गाऊन नृत्य करीत असल्याचा आवाज ऐकू आला. त्या गीताचा भावार्थ होता 'जीवनाच्या दिव्यात अगदी थोडे तेल उरले आहे आणि काळरात्र मोठी अंधारी आहे. तेव्हा तू आपले भले कर' या गीताच्या

भावार्थने स्वामीराम यांना साधना अर्धवट सोडल्याचा पश्चाताप झाला. परत ते स्मशानात गेले आणि उरलेली दोन दिवसांची साधना एकनिष्ठ भावाने पूर्ण केली. बरोबर एकेचाळीस दिवसाच्या साधनेनंतर त्यांना साधनेचे अपेक्षित फळ मिळाले.

त्यानंतर ते गावातल्या नर्तकीकडे गेले. त्या नर्तकीने, 'माझ्या घरी तुमच्यासारख्या वैराग्याने येऊ नये,' असे सांगितले. स्वामीराम यांनी त्या नर्तकीला आपण मला मातेसमान आहात, असे सांगितले. तसेच दोन दिवसांपूर्वी आपण गायलेल्या गीतामुळे त्यांची अर्धवट साधना पूर्ण करण्याची प्रेरणा मिळाली असे सांगितले. नर्तकीच्या मनावर स्वामीराम यांच्या बोलण्याचा खूप परिणाम झाला. ती नर्तकी म्हणाली, 'तुम्ही मला माता म्हणून संबोधन केले. आता एका वैराग्याची आई कशी असते, हे जगाला मी दाखवून देईन.' नर्तकीने तिच्या घराचा, व्यवसायाचा त्याग करून ती वाराणशीला गेली. तिथे अखंड नामस्मरण करून ती पुढे एक महान साध्वी झाली.

एकनिष्ठ भावाने केलेल्या साधनेचे फळ स्वामीराम आणि नर्तकीलासुद्धा मिळाले. कोणतीही साधना भावपूर्ण केली तरच फळ मिळेल अन्यथा नाही, असे ज्ञानदेव खालील अभंगात सांगतात,

तीर्थ व्रत नेम भावेंवीण सिद्धि ।

वायांचि उपाधि करिसी जना ॥१॥

भावबळें आकळे येऱ्हवीं नाकळे ।

करतळीं आंवळे तैसा हरी ॥२॥

पारियाचा रवा घेतां भूमीवरी ।

यत्न परोपरी साधन तैसें ॥३॥

ज्ञानदेव म्हणे निवृत्ति निर्गुण ।

दिधलें संपूर्ण माझ्या हातीं ॥४॥

कोटीतीर्थ, चक्रतीर्थ, प्रयागतीर्थ, पक्षितीर्थ, पद्मतीर्थ इत्यादी तीर्थक्षेत्रांचे महत्त्व धार्मिक ग्रंथात वर्णन केले आहे. तसेच पुराणामध्ये अनेक व्रते सांगितली आहे. जसे नक्तव्रत, अनंतव्रत, गौरीव्रत, भीमद्वादशीव्रत, नीलव्रत इत्यादी. काही लोक चातुर्मासात नेम करतात. तसेच दर पौर्णिमेला सत्यनारायणाची पूजा करण्याचा नेम करतात. बहुतांश लोक काहीतरी सांसारिक कामनेसाठी जसे मुलांचे शिक्षण उत्तम व्हावे इत्यादी कारणांसाठी तीर्थ, व्रत, नेम करतात.

परंतु ज्ञानदेवांना तीर्थ, व्रत, नेम भावाने केले पाहिजे, असे अपेक्षित आहे. 'भाव' याची व्याख्या काय आहे? भगवंत प्राप्तीच्या इच्छेने चित्तात जी आर्द्रता (प्रेमभाव) असते, त्याला श्रीरूप गोस्वामी भाव असे म्हणतात. तेव्हा तीर्थ, व्रत, नेम करताना, त्याचा उद्देश ईश्वरप्राप्ती नसला तर ते व्यर्थ होय. **काम्य व्रत भोगाच्या इच्छेने करणे म्हणजे भक्तीचा अमृतघट उलंडवून विषयरूपी चिंचेचे सार पिण्यासारखे आहे.** यालाच ज्ञानदेव 'वायाची उपाधि करिसी जना' असे म्हणतात.

आजच्या काळात रक्ताच्या नात्यांत स्वार्थ आहे. खरे प्रेम, निरपेक्ष सत्कर्म किंवा ईश्वरभक्ती दुर्मीळ झाली आहे. आजच्या काळातील रुक्ष व्यावहारिक भावनांचे चित्रण व्हॉटस ॲपवरील एका कवितेत दिसून येते.

स्वार्थी नाती जपल्यामुळे, खरे प्रेम करणे विसरलो !
क्षणिक सुखाच्या लोभात, सत्कर्मातिला आनंद विसरलो !

खरे प्रेम, भक्ती अंतःकरणात यावी यासाठी हरिनामाचा ध्यास घ्यावा. कवी दिलीप अंबिके एका काव्यात सांगतात.

मी नाही रे जगाचा । मी आहे भगवंताचा ।
ना हव्यास संसाराचा । ध्यास तो हरिनामाचा ॥

ईश्वराचा साक्षात्कार व्हावा; असे ज्यांना वाटते, त्यांची गुरुकिल्ली दुसऱ्या चरणात ज्ञानदेवांनी सांगितली आहे. जसे नापिक खडकाळ जमिनीत बी पेरले व पाणी दिले तर पीक येत नाही. याउलट सुपीक जमिनीत बी पेरले आणि पाणी दिले तर शेती फुलाफळांनी डवरून येते. तसेच कामक्रोध ग्रस्त मनाने ईश्वराची प्रार्थना केली तर ती फळत नाही. त्यासाठी मनोभूमी पवित्र ठेवून, आर्त प्रेमभावाने ईश्वराची प्रार्थना करावी. ती तात्काळ फलद्रूप होते. ईश्वराच्या भेटीसाठी अति आर्त भावाने त्याला विनविले पाहिजे. याच आशयाचे संत तुकोबाचे एक प्रसिद्ध गीत लता मंगेशकरांनी गायले आहे.

भेटीलागी जीवा लागलीसे आस ।

पाहे रात्रंदिवस वाट तुझी ॥

पूर्णिमेचा चंद्र चकोरा जीवन ।

तैसे माझे मन वाट पाहे ॥

निराकार अतिन्द्रिय ईश्वराला सगुण रूपात पाहणे हे केवळ भक्तीनेच साध्य होऊ शकते. तळहातावरील आवळा आपल्याला मुठीत घट्ट धरून ठेवता येतो. त्यामुळे आवळा आपल्याजवळ आहे, याची आपल्याला जाणीव होते. त्याचप्रमाणे ईश्वराचे सगुण दर्शन झाल्यानंतर श्रीहरी चैतन्य रूपाने सर्वकाळ आपल्या जवळ आहे, याची जाणीव भक्ताला होते. श्री एकनाथ महाराज दृष्टान्ताने हा अनुभव काव्यांत सांगतात.

रत्नासवे जैसी दीप्ती ।

अरुणासवे जेवीं गभस्ती ।

भक्तीपाशी मी श्रीपती ।

असे निश्चित उद्धव ॥

तिसऱ्या चरणात ज्ञानदेव म्हणतात, 'पारियाचा रवा घेतां भूमीवरी,

यत्न परोपरी साधन तैसें'

पारा जमिनीवर सांडला तर त्याचे कणकण पसरतात व प्रयत्न करूनही ते सर्व कण वेचता येत नाही. त्याचप्रमाणे यज्ञ, व्रते, नवस, यात्रा इत्यादी साधनांनी ईश्वराला प्राप्त करता येत नाही. ही गोष्ट समजण्यासाठी गीतेच्या अकराव्या अध्यायातील भगवान कृष्ण आणि अर्जुन यांच्या संवादाचे परिशिलन करणे उपयुक्त ठरेल. अर्जुनाने भगवंताजवळ विश्वरूप दर्शनाची दुर्लभ इच्छा प्रगट केली. अर्जुनाची ही विलक्षण इच्छा म्हणजे चंद्राचा चेंडू मागावा, किंवा अपेक्षापूर्ती करणाऱ्या कल्पतरूला मागावे किंवा सर्व इच्छा तृप्त करणारी कामधेनू मागावी, यासारखी अशक्यप्राय मागणी होती. परंतु भक्तवत्सल भगवंतानी दाखविलेले दुर्लभ असे विश्वरूप पाहून अर्जुन घाबरला. जीवाच्या भीतीने अर्जुन काकुळतीला येऊन भगवंतास चतुर्भुज कृष्णरूप प्रगट करावे, अशी विनंती करू लागला आणि वृक्ष जसा बीजात सामावा त्याप्रमाणे भगवंतानी आपली योगमाया आवरून शामसुंदर चतुर्भुज कृष्णरूपात दर्शन दिले. यावेळी भगवान कृष्ण अर्जुनाला म्हणतात, 'हे अर्जुना तू मला जसे चतुर्भुज स्वरूपात पाहिलेस, असे दर्शन वेदांनी, तपाने, दानाने, यज्ञाने शक्य नाही. केवळ अनन्यभक्तीने माझे चतुर्भुज रूपाचे दर्शन घडते.' ईश्वराप्रती प्रेमाचा उत्कृष्ट भाव म्हणजे भक्ती. या प्रेमरूप भक्तीने जनाबाईने विठ्ठलाला प्राप्त केले. एका अभंगात जनाबाई म्हणतात,

धरिला पंढरीचा चोर,

प्रेमे बांधोनिया दोर ।

हृदय बंदिखाना केला,

आंत विठ्ठल कोंडिला ॥

आज स्वार्थी भक्तांचे समूह तथाकथित बाबा लोकांसोबत सर्वत्र

दिसतात. बाबांच्या आश्रयाने आपला मतलब केवळ साधावा, अशी त्यांची इच्छा असते. अशा लोकांना भगवंत कसा भेटणार? हाय फाय संस्कृतीचे दर्शन या व्हॉटस ॲपवरील काव्यात पाहा-

भोजन झाले हॉटेलचे, तंदुरुस्ती कुठून येणार,

प्रोग्राम झाले केबलचे, संस्कार कुठून येणार,

भक्ती करणारे झाले स्वार्थी, भगवंत कसा भेटणार !!

कलियुगातील या स्वार्थी भक्तांना मार्गदर्शन करणारे सूत्र शेवटच्या चौथ्या चरणात ज्ञानदेव सांगतात,

'ज्ञानदेव म्हणे निवृत्ति निर्गुण,

दिधलें संपूर्ण माझ्या हातीं'

आपले सद्गुरू श्री निवृत्तीनाथ यांना निर्गुण असे ज्ञानदेव संबोधतात. निर्गुण याचा अर्थ गुणातीत. प्रत्यक्ष भगवंत श्रीहरि, श्रीनिवृत्तीनाथ समग्र योग जाणणारे व भक्तीची प्रत्यक्ष मूर्ती. सद्गुरू निवृत्तीनाथांनी निर्गुण असे परमात्मा तत्त्व कृपावंत होऊन ज्ञानदेवांना दिले. तसेच कृष्णभक्तीचा वारसा दिला. एका अभंगात ज्ञानदेव म्हणतात,

कृष्णांजन एक वेळां, डोळां घातलें अढळ ।

तिमिर दुःख गेलें, तुटले भ्रांतीचे पटल ॥

श्रीगुरू निवृत्तिनाथें मार्ग दाविला सोज्वळ ।

बापरखुमादेवीवरू विठ्ठलु दीनाचा कृपाळ ॥

सामान्य जन मायेच्या बंधनातून मुक्त व्हावे आणि हरिपाठाच्या बळावर ईश्वर साक्षात्काराला पात्र व्हावे, ही ज्ञानदेवाची आंतरिक ओढ. या आंतरिक इच्छेचे प्रगट रूप म्हणजे हरिपाठाचे अभंग.

श्री विवेकानंदांनी आपल्या एका भाषणात भारतीयांना संदेश दिला होता - Infinite power is at the back of every one, pray to mother & it will come to you.

तुमच्या प्रत्येकाच्या मागे अमर्याद शक्तीचा वास आहे. तुम्ही आई भगवतीची प्रार्थना करा, ती तुमच्या समोर प्रगट होईल. श्री विवेकानंदांचा संदेश हाच ज्ञानदेवाचा संदेश आहे. जे एकनिष्ठ भाव ठेवून हरिपाठ करतील, त्यांना भगवंताचा साक्षात्कार अवश्य होईल.

ॐ

अभंग तेरावा

समाधी हरीची समसुखेंवीण

संत खय्याम आपल्या शिष्याबरोबर घनदाट जंगलातून जात होते. नमाजाची वेळ झाल्याबरोबर दोघेही नमाजाला बसले. थोड्या वेळाने सिंहाची गर्जना ऐकू आली. शिष्य घाबरला आणि प्राणाच्या भयाने झाडावर जाऊन बसला. काही वेळाने सिंह आला आणि जंगलात दिसेनासा झाला. संत खय्याम यांचा नमाज झाल्यावर, शिष्य झाडाखाली उतरला. दोघेही परत जंगलातून चालू लागले. इतक्यात एक डास गुणगुणत आला आणि खय्याम यांच्या गालावर बसला. डासाला हाकलण्यासाठी खय्याम यांनी गालावर हात ठेवला. त्यावेळी शिष्याने खय्यामांना विचारले की, नमाजाच्या वेळी सिंह आला, पण तुम्ही काहीही हालचाल केली नव्हती. आणि साधा एक डास गालावर बसला तर तुम्ही हात हलवून डास हाकलला, हे कसे समजावे? खय्यामांनी उत्तर दिले की, नमाजाच्या वेळी मी अल्लाशी एकरूप झालो होतो. त्यामुळे सिंह इथे आला होता, हे मला जाणवले नाही. आता तुझ्याशी बोलताना मी अल्लापासून दूर होतो, म्हणजे द्वैत बुद्धी होती, म्हणून डासाचे अस्तित्व मला जाणवले, आणि त्याला हाकलण्यासाठी मी गालावर हात ठेवला. या उत्तराने शिष्याचे समाधान झाले आणि त्याचबरोबर नमाजाच्या वेळी आपण झाडावर चढून नमाज अदा केली नाही, याची शिष्याला स्वतःबद्दल लाजही वाटली.

ज्ञानदेव म्हणतात, जीव आणि ईश्वर एकरूप झाले अशी वृत्ती झाली की, समाधी लागते. परंतु जीव आणि ईश्वर वेगळे आहे, अशी वृत्ती असेल तर समाधी अवस्था प्राप्त होऊ शकत नाही. खालील अभंगात हाच भाव प्रगट झाला आहे.

समाधी हरीची समसुखेंवीण ।

न साधेल जाण द्वैतबुद्धी ॥१॥

बुद्धीचें वैभव अन्य नाहीं दुजें ।

एका केशवराजें सकळ सिद्धी ॥२॥

ऋद्धिसिद्धिनिधी अवघीच उपाधि ।

जंव त्या परमानंदीं मन नाहीं ॥३॥

ज्ञानदेवीं रम्य रमलें समाधान ।

हरीचें चिंतन सर्वकाळ ॥४॥

समाधी म्हणजे सहजस्थिती. चित्ताचे १०० टक्के समाधान. कर्म, भक्ती, ज्ञान व योग या सर्व साधन मार्गाची अंतिम अवस्था म्हणजे समाधी. ज्ञानेश्वरीत सहाव्या अध्यायात समाधी स्थितीचे वर्णन येते.

पुढील पैस पारूखे । मागील स्मरावें तें ठाके ।

ऐसीये सरिसिये भूमिके । समाधि राहे ॥

ज्ञानदेव म्हणतात, ध्यान करणाऱ्याला बाह्य देहभानाचा विसर पडून, पुढील काळांतील वृत्ती निर्माण होत नाही. तसेच पूर्व अनुभवाच्या स्मृती जागृत होत नाही. अशा ईश्वर एकरूपतेच्या भूमिकेला समाधी असे म्हणतात.

पहिल्या चरणात समसुख हा शब्द आला आहे. सम हा शब्द परमात्मवाचक आहे. 'निर्दोषं ही समं ब्रह्म' असे गीतेच्या ५ व्या अध्यायात सम शब्दाचा अर्थ सांगितला आहे. तेव्हा समसुख म्हणजे

दुःख, क्षय, अंत यांच्यापासून मुक्त असलेला आनंद म्हणजे ब्रह्मानंद होय. हरीच्या समाधीत भक्ताला ब्रह्मानंद प्राप्त होतो. हा अनुभव घेणाऱ्या भक्ताला विश्वातील प्रत्येक घटकांत, अणुरेणूंत ईश्वर चैतन्याचा प्रत्यय येतो.

काही बुद्धिवादी लोक समाधी म्हणजे डोळे मिटून काष्ठवत एका जागी बसणे, असे समजतात आणि अशा निष्क्रिय अवस्थेत राहणाऱ्या व्यक्तीचा समाजाला काही उपयोग नाही, असे समजतात. या तर्कदुष्ट विधानाला पॉल ब्रन्टन याने 'आध्यात्मिक भारताच्या शोधात' या पुस्तकात उत्तर दिले आहे. **पॉल ब्रन्टन म्हणतो, समाधी अवस्था प्राप्त केलेले संत, योगी हे सद्गुण निर्माण करणारे कारखाने आहेत.** संतांच्या उच्च नैतिक प्रभावाने व आध्यात्मिक वलयाने त्यांच्या संपर्कात येणाऱ्या प्रत्येक व्यक्तीत ते निर्लोभिता, निस्वार्थपणा, उत्तम चारित्र्य आदि सद्गुणांची निर्मिती करतात आणि अशा सद्गुणी व्यक्तींची समाजाला नेहमीच गरज असते.

दुसऱ्या चरणात ज्ञानदेव म्हणतात,

बुद्धीचें वैभव अन्य नाहीं दुजें ।

एका केशवराजें सकळ सिद्धी ।

आजच्या काळात तरुण, तरुणी बुद्धीचे वैभव म्हणजे सहा गोष्टींची प्राप्ती असे समजतात. या सहा गोष्टी याप्रमाणे असतात.

एक म्हणजे स्वतः उच्च पदवीधर असणे.

दोन म्हणजे स्वतःसोबत अनुरूप पत्नी किंवा पती असणे

तीन म्हणजे बँकेचे तीन क्रेडीट कार्ड असणे

चार म्हणजे चारचाकी गाडी (मोटर) असणे.

पाच म्हणजे पाच खोल्यांचा फ्लॅट असणे.

सहा म्हणजे सहा आकडी पगार असणे.

समजा या सर्व सहाही गोष्टी उपलब्ध असल्या तर व्यक्ती सुखी होईल काय ? श्रीमंत असणाऱ्या व्यक्ती संपन्नतेमुळे अधिक भोगासक्त होऊन नीतिमूल्ये न पाळणारी होतात आणि ज्याचा समाजावर दुष्परिणाम होतो.

याउलट संत, बुद्धीचे वैभव म्हणजे सत्त्वगुण प्रधान बुद्धी, जी ईश्वराच्या प्राप्तीची इच्छा धरते, तिला समजतात, ज्ञानेश्वर महाराज एका अभंगात सद्बुद्धीचे लक्षण सांगतात,

तैसें ईश्वरांवाचूनी कांही ।

जिये आणिक लानी नाहीं ।

ते एकची बुद्धी पाही ।

अर्जुन जगीं ॥

सात्त्विक बुद्धी समजण्यासाठी बुद्धीचे इतरही प्रकार जाणले पाहिजे. बुद्धीचे तीन प्रकार आहेत. सात्त्विक, राजस आणि तामस.

सात्त्विक बुद्धी : चांगले कार्य, वाईट कार्य, बंध - मोक्ष इत्यादी यथार्थपणे जाणणारी बुद्धी सात्त्विक होय.

राजस बुद्धी : धर्म, अधर्म, कार्य-अकार्य याला विपरीतपणे जाणते, ती राजस बुद्धी होय.

तामस बुद्धी : अधर्माला धर्म, अज्ञानाला ज्ञान, पापाला पुण्य समजणारी बुद्धी तामसी होय.

आजकाल जगात राजस व तामस बुद्धी असणाऱ्या लोकांचे प्राबल्य आहे. म्हणून स्वार्थासाठी भ्रष्टाचार, अनीतीने वागणाऱ्यांची संख्या जास्त आहे. पाण्यात माशाला पाहाताच बगळा त्याला धरावयास धावतो. त्याप्रमाणे समाजात रूपवान स्त्री दिसताच कामुक तिच्या मागे धावतो. किंवा धनाचा ठेवा हस्तगत करण्यास तथाकथित

सभ्य लोक नीतिमत्तेला तिलांजली देतात. असे लोक हरिप्राप्तीसाठी कसे प्रयत्न करणार? संत यासाठी सांगतात, नामजपात स्वतःला गुंतवून घ्या. त्यामुळे दुर्गुण आणि भोगवृत्ती कमी होईल. विशुद्ध अंतःकरणाने निरंतर, निरलस हरिभक्ती केली की, केशवराज प्रसन्न होईल. श्री एकनाथ महाराज केशव शब्दाची फोड एका अभंगात करतात.

'क'कार ब्रह्मा 'व' कार विष्णू ।

'श' कार स्वयें त्रिनयनू ।

केशव तो गुणविहिनु ।

प्रकाशक पूर्ण तिन्हींचा ॥

असा केशवराज भक्ताला प्रसन्न झाला की, आत्मसिद्धी प्राप्त होते. मात्र काही साधकांना ईश्वरप्राप्ती होण्याच्या आधी इतर सिद्धी प्राप्त होतात. जसे अणिमा, महिमा, लघिमा इत्यादी आठ सिद्धी प्राप्त होतात. या सर्व सिद्धी परमार्थात विघ्न आणतात आणि यासाठी संतांनी सिद्धीचा त्याग सांगितला आहे.

गुजराथमधील स्वामी श्रीकृष्णानंद स्वामी यांच्या जीवनात अशी एक घटना घडली होती. इ.स. १९५३ साली श्रीकृष्णानंद गुजराथमधील लालपूरपासून अंदाजे एक मैल अंतरावर असलेल्या शिवमंदिरात संध्याकाळी पोहोचले. या शिवमंदिरात शांतिनाथ नावाच्या वैराग्याशी त्यांची भेट झाली. संध्याकाळी बोलता बोलता अचानकपणे शांतिनाथ श्रीकृष्णानंदाना म्हणाले, "आता गोष्टी पुरे, तुमच्या खाण्यापिण्याची सोय करतो" असे म्हणून शांतिनाथाने बाजूच्या धुनीवर वाकून काही मंत्र पुटपुटला आणि धुनीत हात घालून एक झाकलेली थाळी बाहेर काढली. थाळीत फुलके, बटाट्याची भाजी, दुधाने भरलेला गडू होता. स्वामीजींनी जेवण केले. ती खरकटी थाळी न धुता शांतिनाथाने परत धुनीत टाकून दिली. काही

वेळातच थाळी अदृश्य झाली. दुसऱ्या दिवशी शांतिनाथ स्वामीजींना म्हणाले, 'मी माझी सिद्धी तुम्हाला देऊ इच्छितो. परंतु तुम्ही शपथ घ्या की, मी कोणत्याही वैदिक विधानाचे पालन करणार नाही.' स्वामी श्रीकृष्णानंद म्हणाले, 'ईश्वरप्राप्तीसाठी मी घरादाराचा त्याग केला. वैदिक धर्मानुसार संन्यास आश्रम पत्करला. तेव्हा क्षुद्र सिद्धीसाठी मी वैदिक विधानाचा त्याग करणार नाही,' आणि स्वामी श्रीकृष्णानंदांनी शांतिनाथाच्या बडबडीकडे लक्ष न देता ते पोरबंदरला पुढे निघून गेले.

ईश्वरप्राप्तीने जो परमानंद होतो, त्याची तुलना सिद्धीने मिळणाऱ्या आनंदाशी होऊ शकत नाही. ईश्वरप्राप्तीचा आनंद कसा असतो, हे खालील उदाहरणावरून स्पष्ट होईल.

सौंदर्य, तारुण्य, बल, धन व संपत्ती विपूल असून, त्या देशाची सत्ता एका व्यक्तीच्या हाती असताना त्याला जो आनंद होईल, त्याला एक मानुषानंद म्हणतात. असे १०० मानुषानंद म्हणजे एक मानुषगंधर्व आनंद, शंभरपट मानुषगंधर्व आनंद याने एक देवगंधर्व आनंद होतो. याच गणिती तत्त्वाने पितर, आजानजदेव, कर्मदेव, इंद्र, बृहस्पती, प्रजापती व ब्रह्म आनंद चढत्या भाजणीने वाढत असतात. तेव्हा कोटी कोटी आनंदगुण ब्रह्मानंदात असतात. यामुळे ब्रह्मानंदाला परमानंद म्हटले आहे.

चौथ्या चरणात ज्ञानदेव म्हणतात,

ज्ञानदेवीं रम्य रमलें समाधान ।

हरिचें चिंतन सर्वकाळ ॥

सदा सर्वकाळ हरिचे चिंतन, नामस्मरण यामुळे ज्ञानदेव म्हणतात, मला अत्यंत सुखकारक अशी समाधी अवस्था प्राप्त झाली आहे. संत निळोबाराय या समाधी अवस्थेचे वर्णन करतात,

निळा म्हणजे स्वरूपसिद्धी ।

सहज समाधी हरिनामें ॥

सहज समाधी देणाऱ्या हरिनामाचे आपण आनंदपूर्वक सतत स्मरण करू या.

ॐ

अभंग चौदावा

नित्य सत्यमित हरिपाठ ज्यासी

सतीची कथा श्री गुरुचरित्रात तीस ते बत्तीस अध्यायात आहे. माहोर गावी गोपीनाथ नावाचे सत्शील ब्राह्मण होते. त्यांच्या पुत्राचा विवाह एका सुलक्षणी कन्येशी सतीशी होतो. नवदाम्पत्याचा संसार सुखाने चालत असताना त्यांच्या संसारसुखाला ग्रहण लागते. तरुण पतीला क्षयरोगाची बाधा होते. औषधांचा काही उपयोग न होता पतीची तब्येत अतिशय क्षीण होते. सतीला वाटते शेवटचा उपाय म्हणजे गाणगापूरचे श्री नृसिंह सरस्वती महाराजच आपल्या सौभाग्याचे रक्षण करतील. पतीला एका डोलीत टाकून सती श्रीगुरूंचे नामस्मरण करीत प्रवासाला निघते. गाणगापूर जवळ येताच दुर्दैवाने तिच्या पतीचा मृत्यू होतो. सती सौभाग्य अलंकार लेवून पतीसह चितेत सहगमन करण्याचा निश्चय करते. मात्र एकदा तरी श्रीगुरू महाराजांचे दर्शन घ्यावे या उद्देशाने श्रीगुरुजवळ जाऊन त्यांना वंदन करते. श्रीगुरू तिला अखंड सौभाग्यवती भव, असा आशीर्वाद देतात. त्यावर सती म्हणते, 'महाराज माझे पती मृत झाले असताना आपला आशीर्वाद खरा कसा ठरावा?' तेव्हा श्रीगुरू तिच्या पतीच्या शवावर तीर्थ शिंपडतात. झोपेतून जागे व्हावे त्याप्रमाणे सतीचा पती जिवंत होऊन उठून बसतो. याप्रमाणे सतीला श्रीगुरूंच्या नामस्मरणाचे फळ अखंड सौभाग्याच्या रूपाने मिळते.

श्री ज्ञानदेव म्हणतात, जे लोक नित्य निरंतर ईश्वराचे स्मरण करतात, त्यांना कळीकाळाचे भय नसते. खालील अभंगात हाच भाव प्रगट होतो.

नित्य सत्यामित हरिपाठ ज्यासी ।

कळिकाळ त्यासी न पाहे दृष्टी ॥१॥

रामकृष्ण उच्चार अनंतराशी तप ।

पापाचे कळप पळती पुढें ॥२॥

हरि हरि हरि हा मंत्र शिवाचा ।

म्हणती जे वाचा तयां मोक्ष ॥३॥

ज्ञानदेवा पाठ नारायणनाम ।

पाविजे उत्तम निजस्थान ॥४॥

पहिल्या चरणात ज्ञानदेव सांगतात की, जे लोक नित्य आणि अमित म्हणजे पुष्कळ हरिस्मरण करतात, त्यांच्याकडे कळिकाळ म्हणजे मृत्यू आपली दृष्टी टाकीत नाही.

जन्मलेल्या प्रत्येक जीवाचा शेवट मृत्यू होणे हा सृष्टिचक्राचा एक अटळ नियम आहे. या नियमाच्या विपरित म्हणजे नामस्मरणाने मृत्यू टाळला जातो, असे पहिल्या चरणात सांगितले आहे. या दोन विरोधी विधानांची तर्कसंगती लावण्यासाठी थोडी शास्त्रीय चर्चा करू या.

श्री दासबोधात मृत्यू निरूपण या समासात मृत्यूचे विशेष विवरण केले आहे. सूक्ष्म जीवजंतूपासून ते मनुष्य, देवयोनी यांनाही मृत्यू अटळ आहे. एका ओवीत श्री रामदास स्वामी मृत्यूची अपरिहार्यता वर्णन करतात,

चौऱ्यांशी लक्ष योनीतील प्रत्येक जीवाला मृत्यू अटळ आहे. मराठी भाषेत एक वाक्प्रचार आहे. जीवनाच्या वरणात मृत्यूचे मीठ नसते, तर ते फार अळणी झाले असते. प्रत्येक मानवाला त्याचा मृत्यू कधी आणि कुठे होईल, हे माहीत नसते. त्यामुळे एका अनिवार ओढीने आणि उत्साहाने जीवनाच्या प्रत्येक क्षणाचा तो आनंद लुटतो. परंतु जेव्हा प्राणघातक रोग होतात, शरीर व्याधिग्रस्त होऊन क्षीण होते तेव्हा या असह्य दुःखातून सुटका व्हावी म्हणून तो मृत्यूची आतूरतेने वाट पाहतो. या अर्थाने मृत्यूची जीवनातील अनिवार्यता लक्षात येते.

परंतु अनेक संतचरित्रात मृत व्यक्तीला वा प्राण्यांना संतांनी जिवंत केल्याच्या कथा आपणास माहीत आहेत. जसे श्री गजानन महाराजांना एक सोवळा ब्राह्मण भेटण्यासाठी आला होता. वाटेत कुत्रे मेलेले पाहून त्याला महाराजांचे दर्शन घेण्यासाठी शेगावला व्यर्थ आलो, अशी त्याने समजूत केली. श्री गजानन महाराजांनी मेलेल्या कुत्र्याला स्पर्श करून जिवंत केले आणि त्या ब्राह्मणाचा सोवळेपणाचा अभिमान दूर केला. याचे शास्त्रीय कारण असे आहे की, अनित्य आणि मित (मर्यादित) वस्तूंवर काळाचा प्रभाव पडतो. सत्य आणि अमित (अमर्याद) वस्तूंवर काळाची सत्ता चालत नाही. नाम हे सत्य आणि व्यापक आहे. कारण नाम आणि नामीत (ईश्वरात) काहीही फरक नाही. तेव्हा ज्या संतांनी नाम सिद्ध केले, ते काळावर प्रभाव टाकू शकतात. कवी दिलीप अंबिके म्हणतात,

पहिल्या चरणाचा दुसरा अर्थ असाही घेता येतो की, जे अखंड नामस्मरण करतात, अशा भक्तांना भगवंत जन्म - मृत्यूच्या

संसारसागरातून मुक्त करतात. याच अर्थाचा श्लोक गीतेच्या बाराव्या अध्यायात भगवंतांनी सांगितला आहे.

तेषामंह समुद्धर्ता, मृत्युसंसारसागरात् ।

भवामि न चिरात्पार्थ मय्यावेशितचेतसाम् ॥

दुसऱ्या चरणात ज्ञानदेव म्हणतात,

'रामकृष्ण उच्चार अनंतराशी तप, पापांचे कळप पळती पुढें.'

नामस्मरण सोपे असले तरी ते सतत घेतले जात नाही. कारण संसारी मानवाला नाम प्रिय नसते. लहान बालकाला मातेचे दूध किंवा शेतकऱ्याला धान्य विक्रीतून मिळणारे धन जसे प्रिय असते, तसे मानवाला नाम प्रिय वाटले तर तो नाम निरंतर घेऊ शकेल आणि भक्तिभावपूर्वक सतत नाम घेणे हे तप समजले जाते. ज्ञानदेवांचे सद्गुरू निवृत्तीनाथ म्हणतात,

निवृत्ती म्हणे नाम हेचि सारं तप ।

जप करा अमुप निरंतर ॥

सूर्यासमोर काजव्याचे तेज टिकू शकत नाही. भूजंगासमोर मूषकाचे बळ टिकू शकत नाही. त्याचप्रमाणे नामासमोर पापांचे बळ टिकू शकत नाही. नामस्मरणाने कोणतेही पाप असो- शारीरिक, मानसिक किंवा वाचिक, ते जळून भस्म होते. तसेच नामाने अंतरंग शुद्ध झाले की, मानवाला आयुष्यात पुन्हा पाप करण्याची इच्छाच होत नाही. यालाच ज्ञानदेव 'पापाचे कळप पळती पुढें' असे म्हणतात. 'पापाचे कळप पळती पुढें' याचा दुसराही एक अर्थ आहे. पापी माणसे जरी नामप्रिय संतांसमोर आली तरी ती त्यांच्यासमोर प्रभावहीन होतात. या संबंधात इतिहासात एक प्रसिद्ध कथा आहे.

महाराष्ट्रातील औरंगाबाद या गावातील निपट निरंजन या साधूची

कीर्ती बादशहा औरंगजेबाने ऐकली होती. या साधूची परीक्षा करावी यासाठी औरंगजेब सैनिकांसह साधूकडे आला. त्यावेळी भिंतीवर बसलेल्या निपट निरंजनांनी, हत्तीवर बसून आपल्या सामर्थ्याचे प्रदर्शन करणाऱ्या औरंगजेबाची खोडी जिरविण्याचे ठरविले. निपट निरंजनांनी निर्जीव भिंतीला चालत जाण्याचे आदेश दिले. निर्जीव भिंत आपल्या दिशेने चालत येत असल्याचे पाहून औरंगजेब मनोमन घाबरला. औरंगजेबाजवळ भिंत येताच निपट निरंजन काव्यात गर्जून बोलले,

दावा बादशहा का करे, तू आलमगीर ।

हम तो फकीर, एक नाम के आधार ॥

कहे निपट निरंजन, सुनो आलमगीर ।

ये दिल्ली दरबार नही, फकीर दरबार है ।

संत निपट निरंजन यांचा चमत्कार पाहून औरंगजेब बादशहा खजील झाला आणि मोहरांचा नजराणा देऊन परत गेला.

निपट निरंजनसारख्या साधूंना नामाचा आधार असतो. परंतु, प्रत्यक्ष परमेश्वर शिवशंकरसुद्धा हरी हरी मंत्राचा जप करतात. शिवशंकर हे ज्ञानदेवांच्या नाथपंथाचे आदिगुरु ! श्रेष्ठ योगी भगवान शिवशंकर आवडीने हरि हरि हा मंत्र जपतात, याविषयी एक कथा आहे.

पद्मपुराणात देवी पार्वती भगवान शिवशंकरांना विचारते, " हे महादेवा, आपण सर्वश्रेष्ठ असूनही सदैव कोणाचा मंत्र जप करीत असता, ते मला सांगा." श्री महादेव देवी पार्वतीला उत्तर देतात, "देवी ही गुह्य माहिती मी कुणाला सांगितली नाही. ती माहिती तुला सांगतो कारण तू मला प्रिय आहे. ब्रह्मचर्य, वैराग्य या गोष्टी सामान्य जनांना आचरण्यास कठीण आहे. तसेच संसारी जीव भोगासक्त असतात. या संसारी जनांनी जर विष्णूच्या (हरि हरि) नामाचा जप

केला, तर त्यांचा उद्धार होतो. पापी तसेच पुण्यशील अशा सर्व लोकांना हरिस्मरण लाभदायक ठरते. म्हणून मीसुद्धा त्या हरिचे स्मरण करतो."

चौथ्या चरणात ज्ञानदेव म्हणतात,

ज्ञानदेवा पाठ नारायणनाम,

पाविजे उत्तम निजस्थान ।

सतत नारायणाचा पाठ केल्यामुळे मी उत्तम निजस्थानाला पोहचलो आहे, असे ज्ञानदेव म्हणतात.

उत्तम या शब्दाचा अर्थ जिथे तम नाही. याचा स्पष्ट अर्थ अज्ञान अंधकार नाही. आणि निजस्थान याचा अर्थ आत्मस्वरूपाला जाणे. मनुष्याला मृत्यूनंतर स्वर्गाची प्राप्ती होणे उत्तम नाही. कारण पुण्यक्षय झाल्यानंतर स्वर्गातील व्यक्तीला परत भूतलावर येणे क्रमप्राप्त असते.

निजधामाला किंवा निजस्थानाला मनुष्य गेल्यानंतर त्याचे जन्ममृत्यूचे चक्र थांबते. याच अर्थाच्या एका ओवीत ज्ञानेश्वर महाराज म्हणतात,

आणि धर्माचें निजधाम ।

तेथींची उत्तमाचे उत्तम ।

पैं जया येतां नाही काम । जन्मांतरांचे ॥

आत्मस्वरूपाची प्राप्ती होण्यासाठी प्रत्येक श्वासाश्वासात अखंड नाम कवी दिलीप अंबिके यांच्या अभंगाप्रमाणे घेऊ या.

राम नामात नामात । मन गुंतले नामात ।

राम मनात मनात । राम प्रत्येक श्वासात ।

ॐ

अभंग पंधरावा

एक नाम हरी द्वैतनाम दुरी

जीवनविकास मासिकात वाचलेली एक गोष्ट आठवते. १६ डिसेंबर १८८३, रविवारी श्रीरामकृष्ण परमहंस, मुखर्जी यांच्याजवळ आध्यात्मिक चर्चा करीत होते. श्रीरामकृष्ण म्हणाले, "केवळ वाचून वस्तूचे ज्ञान होत नाही. समजा दूध पदार्थाची माहिती वाचली, तर दुधाच्या चवीचा अनुभव येईल काय? त्याचप्रमाणे केवळ ईश्वराविषयी खूप ग्रंथ वाचले, तर ईश्वराचा अनुभव येईल काय ? ईश्वराचा अनुभव येण्यासाठी वाचन, श्रवण झाले की, त्याचे नाम घेतले पाहिजे. भक्तिभावाने अंतःकरणपूर्वक देवाला आळविले पाहिजे. कालिमातेला म्हटले पाहिजे, आई तुला मी शरण आलो आहे. मला दिगंत कीर्ती नको अष्टसिद्धी नको. फक्त तुझ्या श्रीपादपद्मी निर्मल, निष्काम भक्ती दे. यानंतर रामकृष्ण म्हणाले, मला निष्काम भक्तीने अनुभव आला. आपल्या अनुभवाचे वर्णन श्रीरामकृष्ण करताना म्हणतात, "देवीने मला काली मंदिरात दाखवून दिले की, ती सर्व काही आहे. सर्व चैतन्यमय, देवीची प्रतिमा चिन्मय, पूजेचे साहित्य, तबक-पळी चैतन्यमय, मंदिराच्या दाराची चौकट चैतन्यमय. इथून तिथून सर्वच चैतन्यमय. मंदिराच्या बाहेर एक बदमाश मनुष्य होता, पण त्याच्यातही देवीचीच शक्ती - चैतन्य दिसत होते. जणू सारे विश्वच चैतन्यमय होते."

सर्व विश्वात एकच हरी चैतन्यरूपाने नांदतो आहे. हा अनुभव घेण्यासाठी हरिनाम प्रेमाने घ्या! पण विश्वातील अणुरेणूतील चैतन्य बघण्याचे कौशल्य क्वचितच एखाद्याला साधते. खालील अभंगात हाच विचार ज्ञानदेव सांगत आहे.

एक नाम हरी द्वैतनाम दुरी ।

अद्वैतकुसरी विरळा जाणे ॥१॥

समबुद्धि घेतां समान श्रीहरी ।

शमदमा वरी हरी झाला ॥२॥

सर्वांघटीं राम देहादेहीं एक ।

सूर्य प्रकाशक सहस्त्ररश्मीं ॥३॥

ज्ञानदेवा चित्तीं हरिपाठ नेमा ।

मागिलिया जन्मा मुक्त झालों ॥४॥

ज्ञानदेव एकत्वाचा सिद्धान्त सांगत आहेत. हा सिध्दान्त स्पष्ट करतो, नाम आणि नामी यात एकत्व आहे. सर्व विश्वामध्ये एकच हरी भरला असल्यामुळे त्याचे नाम सर्वांत श्रेष्ठ आहे. याच नामाचा आदर करा आणि विश्वातील द्वैत म्हणजे दुसरी नामे दूर सारा.

परमात्मा आणि जग भिन्न आहे, असे सामान्यजन मानतात. कारण जग दृश्य आहे आणि ईश्वर अदृश्य आहे. यामुळे द्वैत भावनेचा जन्म होतो. द्वैत या शब्दाचा दुसरा अर्थ होतो. मी व ईश्वर यामध्ये भेद आहे. याउलट अद्वैत म्हणजे एकच अंतिम तत्त्व आणि या तत्त्वापासून सारे अनंत विश्व निर्माण झाले आहे. या ईश्वरापासून स्वतंत्र भिन्न असे काहीच नाही. ही अद्वैताची स्पष्ट भूमिका आहे. अद्वैतवादी व्यक्ती होण्यासाठी मन, इंद्रिये, बुद्धी यांचे सर्व व्यवहार हरीच्या प्राप्तीसाठी करावे लागतात. त्यासाठी आळस, मोह, भोगलालसा यांना दूर सारून मनोभावे हरीचे नाम अखंड घ्यावे

लागते. यानंतर जीव शिव अभेदतेचा प्रत्यय येतो.

संत तुकाराम म्हणतात,

भेद तुटलिया वरी । आम्ही तुमचेच हो हरि ।

ईश्वराशी अद्वैत अनुभवण्याचे कौशल्य (कुसरी) विरळ्या भक्तांनाच साधते. असाच एक आगळा वेगळा कृष्णभक्त आपल्या काव्यात अद्वैत भूमिका सांगतो. या भक्ताला कृष्ण बगिच्यात (कुंजात), यमुनेत, आकाशातील मेघात असा सर्वत्र दिसतो.

जित देखो तित स्याममई है।

स्याम कुंज बन जमुना स्यामा ।

स्याम गगन घन घटा छाई है।

सब रंगनमें स्याम भरो है।

लोक कहत यह बात नई है ॥

अद्वैत तत्त्वज्ञानाला एक सामाजिक सौहार्दाची बैठक आहे. जर प्रत्येक व्यक्ती दुसऱ्यात आत्मभावाने पाहण्यास शिकेल तर व्यक्ती-व्यक्तीत, व्यक्ती - कुटुंबात, कुटुंब - समाजात प्रेम आणि सौहार्द वाढीला लागेल. द्वेष, मत्सर, शत्रुत्व आदि दुर्गुण शोधूनही सापडणार नाही. दुर्दैवाची गोष्ट आहे की, ज्ञानेश्वर, तुकाराम यांच्या भूमीत त्यांची अद्वैत भूमिका पूर्णपणे रूजली नाही.

समबुद्धी म्हणजे राग, द्वेषरहित ब्रह्मबुद्धी. सामान्य मानवाची बुद्धी परतंत्र होऊन मन, इंद्रियाच्या स्वाधीन होते. मनाला आवडणाऱ्या व्यक्ती, वस्तूंबाबत प्रेम वाटते. या उलट मनाला न आवडणाऱ्या वस्तू, व्यक्तीबद्दल तिरस्कार वाटतो. मनुष्य स्वार्थातून नीतिमूल्यांच्या विरुद्ध आचरण करतो. भ्रष्टाचार, खोटे बोलणे, परस्त्री किंवा परपुरुषाबद्दल अभिलाषा ठेवून नीतिबाह्य वागणे याने त्याचे आयुष्य उद्ध्वस्त होते. आणि शेवटी आयुष्याचे गणित चुकते असे तो

समजतो. **आयुष्याचे गणित चुकायचे नसेल तर हरिनामाची बेरीज करा. दुष्कर्मांची वजाबाकी करा. प्रेमभावनेचा गुणाकार करा. अहंकाराचा भागाकार शून्य येईपर्यंत करा. हे केले तर आयुष्यभर पुरेल एवढे सौख्याचे भागभांडवल तुम्हाला मिळेल आणि नंतर समबुद्धीने श्रीहरीला सर्वत्र पाहता येईल.** सृष्टी विषम आहे. पण सारतत्त्वाने श्रीहरी एकच आहे, असे जाणता येईल. व्यावहारिक उदाहरण द्यायचे झाल्यास बल्ब, फॅन, फ्रीज, टी.व्ही. अलग वस्तू आहेत. परंतु या सर्व वस्तूंचे कार्य अदृश्य अशा विद्युत शक्तीमुळे होते. तसेच प्रत्येक व्यक्तीत आणि इतर प्राणिमात्र वेगळे असले तरी त्यात चैतन्य एकच आहे. या चैतन्याचा शोध लोक तीर्थक्षेत्री घेण्यासाठी वृथाच फिरतात, असे तुकाराम महाराज म्हणतात.

देही असोन देव । वृथा फिरती निदैव ।

देव अन्तर्यामी । व्यर्थ हिंडे तीर्थग्रामी ॥

नाभी मृगाचे कस्तुरी । व्यर्थ हिंडे वनांतरी ।

साखरेचे मूळ ऊस । तैसा देही देव वास ॥

समबुद्धी होण्यासाठी शमदम साधनांची धारणा (वरी) केली पाहिजे.

शम म्हणजे सर्व इंद्रियांच्या चंचल वृत्ती मनाने आवरून बुद्धी आत्म्याकडे वळविणे. सामान्य जनांना शम साधने कठीण म्हणून दम साधनाचा आश्रय घ्यावा लागतो. दम म्हणजे इंद्रिय निरोध करणे. लोकरी वाचून उनी वस्त्र, माती वाचून घट किंवा पाण्यापासून लाटा होणार नाही. त्याप्रमाणे शमदम अंगिकारावाचून ईश्वर प्राप्ती होणार नाही.

शमदम साधल्याने साधकाच्या जीवनांत उत्क्रांती होते. साधकाकडून चांगली कर्मे घडतात आणि त्याचे उत्तम फळही त्याला मिळते. कर्माप्रमाणे फळाचे स्वरूप खालीलप्रमाणे असते.

घडणारी चांगली कर्मे-फळ

(१) सर्वांविषयी प्रेमभाव येईल - शांती मिळेल.

(२) अहंकार जाईल - विनम्रता येईल.

(३) 'मी' कोण याचा विचार करेल - ज्ञान मिळेल.

(४) प्राणिमात्रांची सेवा घडेल - समाधान मिळेल.

(५) हरीभक्ती होईल - मुक्ती मिळेल.

शम दम साधून ईश्वरप्राप्ती हे स्वप्न नको तर साधकाचे ध्येय हवे. कारण ध्येयासाठी अथक परिश्रम तर स्वप्नासाठी विनासायास झोप हवी असते. याविषयी इंग्रजी भाषेत एक छान संदेश आहे.

There is only one difference between Dream & Aim. Dream requires effortless sleep.

Aim requires Sleepless efforts.

So, Sleep for Dream & Wakeup for Aim.

तिसऱ्या चरणात ज्ञानदेव 'सर्वाघटी राम देहादेही एक, सूर्य प्रकाशक सहस्ररश्मी' असे म्हणतात.

घट म्हणजे प्रत्येक जीव. वेदाप्रमाणे या सृष्टीत असंख्य आकाराचे, वर्णाचे अगणित जीव असले, तरी त्यात ईश्वर आत्मरूपाने नांदतो. श्री ज्ञानदेव दृष्टान्तरूपाने समजवतात. सूर्य जरी एकच असला, तरी तो आपल्या तेजाने चंद्र, पृथ्वी, इतर उपग्रह आणि अंतरिक्ष एकाचवेळी प्रकाशित करतो. त्याचप्रमाणे चैतन्यरूपाने ईश्वर सर्व जीवात नांदतो. तत्त्वरूपाने प्रत्येक देहात ईश्वर राहतो, असे सर्वांना समजू शकते. परंतु अनुभवाने हे तत्त्व फक्त संतांनाच कळते.

श्री गजानन विजय पोथीच्या ६ व्या अध्यायातील कथा आहे. बंकटलाल मक्याची कणसे खाण्यासाठी गजानन महाराज व

शिष्यांना शेतात घेऊन जातात. चिंचेच्या झाडाखाली कणसे भाजण्यासाठी आगटी पेटवितात. आगट्यांच्या धुरामुळे झाडावरील मोहळातील मधमाशा उडाल्या व सर्व लोक पळून गेले, पण गजानन महाराज माशांचा दंश सहन करीत बसून राहिले. केवळ बंकटलाल श्री महाराजांची विचारपूस करण्यासाठी आले. बंकटलालने श्री महाराजांना माशांच्या दंशामुळे फार त्रास झाला असेल, असे विचारले. त्यावर श्री महाराजांनी विचार करण्यासारखे उत्तर दिले.

माशी तरी तोच झाला ।

तोच आहे माझा पुतळा ।

पाण्याने पाण्याला । काय दुखविता येईल ॥

ईश्वर आत्मरूपाने मधमाशी झाला आणि माझ्यातही आत्मरूपाने तोच आहे. पाणी पाण्याला दुखवू शकत नाही. त्याचप्रमाणे मधमाशीचा दंश मला दुखवू शकत नाही. शेवटच्या चौथ्या चरणात ज्ञानदेव आपण स्वतः काय साधना केली, ते सांगत आहेत. श्रीहरीचे अखंड नामस्मरण, त्याचेच ध्यान व गुणसंकीर्तन करणे ज्ञानदेवांच्या जीवनाचा स्थायिभाव होता. या साधनेचे फळ म्हणून ज्ञानदेवांची जन्ममृत्यूच्या चक्रातून सुटका झाली. संसारातील प्रत्येक जीव मात्र जन्ममृत्यूच्या चक्रातून फिरत असतो. संसारी जीवाला वारंवार जन्म कां मिळतो? वेद, गीता यांच्या तत्त्वज्ञानानुसार शुभ आणि अशुभ कर्ममुळे जन्म पुन्हा पुन्हा होत राहतो. रामदास स्वामीसुद्धा हेच सांगतात.

मना त्यांचि रे पूर्वसंचित केले ।

तयासारिखे भोगणें प्राप्त झाले ॥

नामसाधना करून शुभ व अशुभ कर्माचे फळ भगवंताला अर्पण केले की, कर्मबंधन होत नाही. त्यामुळे पूर्वसंचिताची समाप्ती होते

आणि जन्ममरणाचा फेरा टाळता येतो. यासाठी श्री ज्ञानदेवांना आशीर्वाद मागून आपण सर्व निरंतर नाम घेऊ या.

ꣽ

अभंग सोळावा

हरि बुद्धी जपे तो नर दुर्लभ

एकदा भिक्षा मागण्यासाठी भगवान बुद्ध एका शेतकऱ्याच्या घरी गेले. शेतकऱ्याने बुद्धाला नखशिखांत पाहिले आणि म्हणाला, "तू तर तंदुरुस्त तरुण दिसतो. तेव्हा मला असे वाटते की, मी जसे शेती करून आपल्या परिवाराचे पालनपोषण करतो, तसे तू शेती करून स्वतःचे पोट भरू शकतो.

यावर बुद्ध म्हणाले, "मी सुद्धा शेती करतो."

शेतकरी आश्चर्यचकित झाला आणि म्हणाला, "तुझी शेती कुठे आहे ? नांगर कुठे आहे ?"

भगवान बुद्ध उत्तरले, "मी शेती करतो. माझे हृदय हीच माझी शेती आहे. ज्ञानरूपी नांगराने मी शेती नांगरतो. श्रद्धेचे बीज पेरतो आणि तपस्यारूपी जलाने शेतीचे सिंचन करतो. रात्रंदिवस कष्ट केल्यानंतर शांती, प्रसन्नतारूपी भरपूर धान्य पिकते आणि हे शांती, प्रसन्नतेचे ध्यान मी सर्वांना मुक्त हस्ते वाटतो. "

शेतकऱ्याला मनातून उमगले की, हा साधासुधा भिक्षेकरी नाही. त्याने बुद्धांना साष्टांग नमस्कार करून भिक्षा दिली.

ज्ञानदेव म्हणतात, जो मानव श्रद्धेने नामरूपी बीज हृदयात पेरतो आणि बुद्धीद्वारे त्याची निरंतर मशागत करतो, त्याला शांतीरूपी उन्मनी अवस्था लाभते. हाच संदेश खालील अभंगात सांगितला आहे.

हरि बुद्धी जपे तो नर दुर्लभ ।

वाचेसि सुलभ रामकृष्ण ॥१॥

रामकृष्णनामीं उन्मनी साधली ।

तयासी लाधली सकळ सिद्धि ॥२॥

सिद्धि बुद्धि धर्म हरिपाठीं आले ।

प्रपंची निवाले साधुसंगें ॥३॥

ज्ञानदेवीं नाम रामकृष्णठसा ।

येणें दशदिशा आत्माराम ॥४॥

ज्ञानदेव म्हणतात, वाणीला रामकृष्ण नाम घेणे सोपे असले, तरी बुद्धीच्याद्वारे त्याचे सर्वांगीण महत्त्व समजून हरिजप करणारे लोक क्वचितच असतात. बुद्धी हा शब्द ज्ञानदेवांनी योजनापूर्वक लिहिला आहे. याचे कारण स्पष्ट आहे. कोणतेही काम मनुष्य उत्तम रीतीने व हेतू साध्य होईपर्यंत चिकाटीने करतो, जेव्हा त्या मनुष्याच्या बुद्धीला त्या कामाचे महत्त्व पटलेले असते. साधे विद्यार्थ्यांचे उदाहरण घेऊ. काही पालक त्यांच्या पाल्यांना अभ्यास करण्यास वारंवार सांगतात. तरी त्यांचा मुलगा व मुलगी नीट अभ्यास न करता खेळ व टी. व्ही. पाहण्यात आपला वेळ व्यर्थ खर्च करतात. या उलट ज्या विद्यार्थ्यांच्या बुद्धीला अभ्यास करण्याचे महत्त्व पटले आहे, तो स्वतःहून अभ्यास करतो आणि परीक्षेत उत्तम यश प्राप्त करतो.

मनःपूर्वक नामस्मरण करण्याला हीच गोष्ट लागू पडते.

मनुष्य नामापासून दूर कां राहतो? याचे उत्तर ज्ञानदेवांनी ज्ञानेश्वरीत चौथ्या अध्यायात दिले आहे. ज्ञानदेव म्हणतात,

जे प्राणिया कामीं भर । देहाचिवरी आदर ।

म्हणोनी पडला विसर । आत्मबोधाचा ॥

मनुष्याला देहसुखाची अतिशय गोडी असते. डोळ्यांना टी. व्ही. सिरियल्स किंवा सिनेमे पाहवेसे वाटतात. घ्राणेंद्रियाला नवनवीन सुगंधी अत्तर किंवा परफ्यूमचे वेड असते. आईस्क्रीम किंवा फास्टफूडसारखे चटपटीत पदार्थ जिभेला खावेसे वाटतात. सिनेसंगीत किंवा पॉप म्युझिक कानांना हवेहवेसे वाटते. परदेशी ब्रँडचे तलम कपडे शरीरावर मिरविण्याची अनिवार हौस असते आणि देहाचे हे सर्व कोडकौतुक करताना त्याला आत्मबोधाचा विसर पडतो. आई जशी लेकराला त्याच्या हिताचा उपदेश कळवळून करते, तसा आत्मबोधाचा उपदेश संत कळवळून करतात. परंतु बहुतांश लोक या उपदेशाकडे कानाडोळा करतात. ज्ञानदेव म्हणतात,

वाजतसे बोंब कोणी नायकती कानीं ।

हरि हरि न म्हणतां क्या थोर झाली हानी ॥

थॉमस ए केम्पीस या ख्रिस्ती संताने 'इमिटेशन ऑफ ख्राईस्ट' हा जगप्रसिद्ध ग्रंथ लिहिला. बायबलच्या खालोखाल या ग्रंथाला जगभरात मान्यता आहे. या ग्रंथात थॉमस म्हणतो, परमेश्वराकडे पाठ फिरवून इतर अनित्य वस्तूंची आकांक्षा धरणे हेच जगातील दुःखाचे कारण आहे. यासाठी आध्यात्मिक गोष्टीद्वारे खरे सुख मिळविले पाहिजे.

दुसऱ्या चरणात ज्ञानदेव म्हणतात,

रामकृष्णनामीं उन्मनी साधली,

तयासी लाधली सकळ सिद्धि ॥

जर जीव अखंड नाम घेईल तर त्यास उन्मनी अवस्था प्राप्त होऊन, सकल सिद्धी लाभतील. उन्मनी ही श्रेष्ठ अवस्था जिवाला कशी प्राप्त होईल ? याचा सखोल विचार करू.

मानवी देह चार प्रकारचा समजला जातो. स्थूल, सूक्ष्म, कारण आणि महाकारण! स्थूल देह हा जागृत असतो. जसे आपण सृष्टीचा व्यवहार जागृत अवस्थेत अनुभवत असतो. मनुष्य देह जेव्हा निद्रा घेतो, तेव्हा सूक्ष्म देह स्वप्ने पाहतो. मात्र जेव्हा मनुष्याला गाढ निद्रा लागते, तेव्हा त्याला जगताचे भान नसते. कारण स्थूल व सूक्ष्म देहाचा लय आत्म्यात झाला असतो. या देह अवस्थेला कारण देह म्हणतात आणि महाकारण हा चौथा देह आहे. या देहामुळे उन्मनी अवस्था लाभते. उन्मनीलाच तुर्या अवस्था असे म्हणतात.

नामस्मरणाने हरिभक्तांवर हरि कृपा करतो आणि भक्तांना उन्मनी अवस्था प्राप्त होते. याचे वर्णन संत श्री ज्ञानेश्वर महाराज करतात,

उन्मनी अवस्था लागली निशाणीं ।

तन्मयता ध्यानीं मुनी जना ॥

मना तेथे नाहीं पहासी रे काई ।

सर्व हरिडोहीं बुडी दे कां ॥

सर्व सांसारिक जन जागृत, स्वप्न, सुषुप्ती या अवस्थेचा अनुभव घेतात. परंतु उन्मनी अवस्थेचा लाभ केवळ संतांनाच होतो. संत एकनाथ महाराज आपला अनुभव अभंगात सांगतात,

पाण्याच्या लाटा सर्व बाजूंनी पाण्याचा शितल स्पर्श अनुभवतात. चंदनाचे झाड चंदनाच्या सुगंधाचे सेवन करतो. त्याचप्रमाणे उन्मनी अवस्था लाभलेला साधक सहजच सुखाचे सुख असे आत्मसुख भोगीत असतो.

संत निळोबाराय उन्मनी अवस्था प्राप्त होताच सर्व रिद्धी सिद्धी प्राप्त होतात, याचे वर्णन करतात,

श्री ज्ञानदेव अखंड नामस्मरणाने सिद्धी प्राप्त होतात, असे संत निळोबाचे मत ग्राह्य धरतात. पण सिद्धीसोबत बुद्धी आणि धर्माचीही प्राप्ती होते, असे आग्रहाने सांगतात. बुद्धी याचा अर्थ समबुद्धी प्राप्त होते. ज्याची बुद्धी इतकी प्रगल्भ झाली आहे की, ज्याला सर्व सृष्टीमध्ये परमेश्वर दिसतो. त्याला समबुद्धी प्राप्त झाली, असे समजावे आणि धर्म प्राप्त होतो, याचा अर्थ ज्याच्या व्यवहारात, आचरणात धर्म प्रगट होतो. अशा लोकांना संत असे म्हणतात. अशा संताच्या आश्रयाला जे लोक जातात, त्यांना समाधान प्राप्त होते. यालाच ज्ञानदेव 'प्रपंची निवाले साधुसंगे' असे म्हणतात.

संतांच्या सहवासात शांती किंवा समाधान का प्राप्त होते ? उत्तर सोपं आहे. काम, क्रोध, लोभ आदि षड्:रिपू संतांच्या सहवासाने कमी होतात. मनुष्याला अगणित इच्छा असतात. सर्व इच्छा तृप्त करण्याचे साधन पैसा असते. यामुळे पैसा कमविण्यासाठी तो अहोरात्र श्रम करतो. पैसा हे सुखपूर्तीचे साधन आहे. साध्य नाही, याचा त्याला विसर पडतो आणि प्रभूची प्राप्ती मानवी जीवनातील खरं साध्य असते, हे विसरले जाते. यासंबंधात एक कविता आठवते.

प्रचंड पैसा मिळाल्यानंतर त्याचा विनियोग कसा करावयाचा, याचेही भान माणसाला राहत नाही, या अवस्थेचे कवी वर्णन करतो-

सुखामागे धावता धावता

बुद्धी पडते गहाण ।

पैसा असूनही सुखाची

भागत नाही तहान ॥

विपूल संपत्ती असूनही मनासारख्या सुखाला पारखा झालेला मनुष्य असमाधानी, अतृप्त होतो आणि असा मनुष्य संताच्या आश्रयाला गेला, तर हरिनामाचा आश्रय घेऊन समाधानी होतो. कवी दिलीप अंबिके म्हणतात,

सुख ब्रह्मांडी शोधिले । नामातून उमगले ।

अंतरीच गवसले । जे वृत्तीमाजी बैसले ॥

चौथ्या चरणात ज्ञानदेव म्हणतात,

ज्ञानदेवीं नाम रामकृष्णठसा ।

येणें दशदिशा आत्माराम ॥

श्री ज्ञानेश्वर महाराज आपला अनुभव सांगतात की, अखंड नामस्मरणाने रामकृष्ण स्वरूपाचा अमीट ठसा माझ्या हृदयावर उमटला आहे. त्यामुळे सर्व चराचरात आत्मारामच मला दिसत आहे. संत तुकारामांनाही हीच अवस्था प्राप्त झाली होती. एका अभंगात ईश्वराच्या सर्व व्यापकत्वाचे वर्णन करतात.

जेथें देखें तुझींच पाउलें ।

विश्व अवघें कोंदाटलें ।

रूपवर्णनाम अवघा मेघश्याम ।

वेगळें तें काय उरलें ॥

संत ज्ञानेश्वर, तुकाराम यांना आलेला दिव्य अनुभव आपणही भोगण्यासाठी, त्यांनी सांगितलेली नामसाधना करू या.

卐

अभंग सतरावा

हरिपाठ कीर्ति मुखें जरी गाय

अमेरिकेत स्वामी विवेकानंद असताना, स्वामीजींचे ज्ञान, तपस्या, अमोघ वक्तृत्व यांनी प्रभावित होऊन अनेक अमेरिकन युवक-युवती त्यांच्या शिष्य परिवारात सामील झाले होते. कुमारी वाल्डो या उच्चशिक्षित सदाचरणी विदुषी या शिष्य परिवारात संलग्न झाल्या होत्या. स्वामीजींच्या सहवासात येण्यापूर्वी वाल्डो यांनी अमेरिकेतील अनेक ख्रिस्ती धर्माचार्यांच्या स्वभावाचे निरीक्षण करताना, त्यांना प्रत्येकांत सद्गुणासोबत काही ना काही वैगुण्ये आढळून आली होती. त्यामुळे त्यांची मनोमन अशी खात्री झाली होती की, स्वामीजींमध्ये काहीतरी स्वभावदोष असेलच.

एकदा स्वामीजींना एका सभेत प्रवचन करावयाचे होते. सभेला निघण्यापूर्वी स्वामीजींनी तीन-चार वेळा आरशात स्वतःला बघितले आणि स्वतःचा फेटा व्यवस्थित केला, हे पाहून वाल्डो यांनी मनात विचार केला की, स्वामीजींत अनेक सद्गुण आहेत. परंतु स्वतःच्या तेजस्वी नेत्रांचा व अलौकिक रूपसौंदर्याचा त्यांना अहंकार आहे आणि यासाठी तर ते स्वतःचे रूप आरशात वारंवार बघत आहेत.

आपल्या तर्काची शहनिशा करण्यासाठी वाल्डो यांनी प्रत्यक्ष

स्वामीजींनाच विचारले की, आपण आरशात आपले प्रतिबिंब वारंवार का बघत आहात ? विवेकानंदानी सांगितले की, मी सध्या उच्च ईश्वरी भावात आहे आणि सभेत प्रवचन करण्यासाठी मला देहभानावर येणे आवश्यक आहे. यासाठी मी आरशात स्वतःला वारंवार बघत आहे.

विवेकानंदाच्या उत्तराने वाल्डो यांच्या मनातील संदेह दूर झाला आणि स्वामीजींच्या मनात ईश्वराविषयी असलेल्या प्रेमाने, भक्तीने ते सदैव ईश्वरी अनुसंधानात राहत असल्यामुळे त्यांचे तन, मन अति पवित्र आहे, याविषयी त्यांची खात्री पटली.

श्री ज्ञानदेव म्हणतात, जो मुखाने हरिपाठ किंवा हरीच्या यशाचे गुणगाण सदैव करतो, त्याचा देह अतिशय पवित्र होतो. खालील अभंगात हाच भाव प्रगट झाला आहे.

हरिपाठ कीर्ति मुखें जरी गाय ।

पवित्र तो होय देह त्याचा ॥१॥

तपाचें सामर्थ्यें तपिन्नला अमूप ।

चिरंजीव कल्प वैकुंठी नांदे ॥२॥

मातृ पितृ भ्राता सगोत्र अपार ।

चतुर्भुज नर होऊनि ठेले ॥३॥

ज्ञान गूढगम्य ज्ञानदेवा लाधलें ।

निवृत्तीने दिधलें माझ्या हाती ॥४॥

ज्ञानदेव म्हणतात, हरीचे नामस्मरण मुखाने केले तरी मलीन देह पवित्र होतो. प्रत्येक व्यक्तीचा देह मलमूत्राद्वारे अपवित्र होत असतो. तसेच प्रत्येक बालकाचा जन्म झाल्याबरोबर अपवित्रतेमुळे जननशौच काही दिवस पाळले जाते. परंतु संत रक्त, मांस, मज्जा, मलमूत्र यांनी देह अपवित्र होत असतो, असे मानत नाही. संत तुकाराम एका अभंगात म्हणतात, **मांस, चर्म हाडें देवा अवघीच गोडे ॥** प्रत्यक्ष

भगवान विष्णू शंख हातात धारण करतात आणि शंख हे समुद्री - प्राण्यांचे शरीर आहे.

ज्या माणसाच्या मनात काम, क्रोध आणि लोभ आहेत आणि त्यामुळे ते इतरास उपद्रव देतात, त्यांचा देह मलीन समजला जातो. गीतेत १६ व्या अध्यायात सांगितले आहे.

त्रिविधं नरकस्येदं द्वारं नाशनमआत्मनः ।

काम: क्रोधस्तथा लोभस्तस्मादेतत्रयं त्यजेत् ॥

काम, क्रोध, लोभ हे तीन प्रकारचे नरकाचे द्वार आहे, म्हणून या तिहींचा त्याग केला पाहिजे. हरिनाम व त्याचे यशोगायन केल्याने हे त्रिविध दोष नाहीसे होतात. सुवर्णाला अग्नीत तापविले की त्याचे मालिन्य जळून त्याचा 'सु' 'वर्ण' होतो. त्याप्रमाणे हरिभक्तीने मनुष्याचे सर्व दोष भस्म होऊन तो पवित्र होतो. त्याला लोक संत म्हणतात. सुवर्णाचे अलंकार हिरे रत्नजडीत झाल्यामुळे उठून दिसतात. पौर्णिमेचा चंद्र त्याच्या सोळा कळांनी शोभून दिसतो. तसेच संत त्यांच्या पवित्र आचरणाने ओळखले जातात. श्री एकनाथ महाराज या विषयी सांगतात,

एका जनार्दनी गाता हरिचें नाम।

निवालीं इंद्रिये विषय विसरली काम ॥

दुसऱ्या चरणात ज्ञानदेव म्हणतात,

'तपाचें सामर्थ्यें ते भिनले अमूप,

चिरंजीव कल्प कोटी नांदे. '

अर्थ स्पष्ट आहे, नामस्मरणाच्या तपाने पुण्य भक्ताच्या देहात भिनल्यामुळे तो अनंत कल्प अमर होईल. काही हरिपाठात पाठभेद होऊन हे चरण असे सांगितले.

याही चरणाचा अर्थ वरील चरणाप्रमाणे आहे. पुत्र, यश, कीर्ती इत्यादींची अपेक्षा न ठेवता नाम घेणे व हरि कथा संकीर्तन करणे हे एक श्रेष्ठ तप आहे. या तपाचे पुण्य एवढे असते की, नाम घेणारा चिरंजीव म्हणजे अनंत काळपर्यंत वैकुंठात नांदतो. संत तुकारामांचे चरित्र याला साक्ष आहे. संत तुकारामांच्या निर्वाणाप्रसंगी प्रत्यक्ष श्रीहरी यांनी तुकारामाला वैकुंठात नेल्याची कथा प्रसिद्ध आहे. ज्ञानदेवांचा एक अभंग वैकुंठ नगरीत भक्तांचा वास असतो, असे प्रतिपादन करणारा आहे.

आजच्या जेट युगात स्वर्गलोक, वैकुंठलोकाच्या अस्तित्वावर सुशिक्षित जनांचा विश्वास बसत नाही. तेव्हा ज्ञानदेवाच्या या अभंगाचा अर्थ काय घ्यावा? संत तुकाराम, ज्ञानेश्वर आदी संतांनी हरिनाग आयुष्यभर पेटले त्यामुळे त्यांचे जीवन आनंदी झाले. संत तुकारामांच्या मनस्थितीचे वर्णन 'आनंदाचे डोही आनंद तरंग' असे एका अभंगात आले आहे. अशा आनंदमय मनस्थितीमुळे संत जीवनातील सर्व संकटांचा, मानहानीचा यशस्वी मुकाबला करतात. तसेच संताच्या निर्वाणानंतर आजही सर्व संत कीर्तिरूपाने अनेक शतकानंतर अमर आहेत. शिवाजी महाराजांसारखे अपवाद सोडले तर किती राजकारण्यांची कीर्ती एक शतकभर टिकून राहिली आहे ? तेव्हा ज्ञानदेवांसारखे संत सांगतात, तसे हरिस्मरण करणे अधिक श्रेयस्कर ! हरिपाठ करणारा साधक वैकुंठाला जातो, इतकेच नव्हे,

तर त्याच्या सगोत्र नातेवाईकांस स्वरूपता ही मुक्ती मिळते.

इतर धार्मिक अनुष्ठानाचे फल केवळ कर्त्यास मिळते. परंतु नामस्मरण हे श्रेष्ठ साधन असल्यामुळे त्याचे फल कर्त्यास व त्याच्या नातेवाईकांस, जसे पती-पत्नी, आई-वडील इत्यादीकांना मिळते. जसे नोकरी करणाऱ्या नोकरदार व्यक्तीला सरकार किंवा कंपनीकडून राहावयास घर मिळते. तेव्हा त्याचे नातेवाईक त्याच घरात हक्काने राहतात. त्याचप्रमाणे नामधारकाला व त्याच्या नातेवाईकांना अनंत कल्प वैकुंठवास प्राप्त होतो. तिसऱ्या चरणात ज्ञानदेव म्हणतात, **'मातृ पितृ भ्राता सगोत्र अपार, चतुर्भुज नर होऊनि ठेले'** शंख, चक्र, गदा, पद्म हे चतुर्भुजात धारण करणाऱ्या विष्णूचे अत्यंत लोभसरूप आहे. नामधारकाच्या सगोत्र नातेवाईकांना हेच रूप वैकुंठात प्राप्त होते. यालाच सरूपता मुक्ती प्राप्त होणे, असे म्हणतात.

शेवटच्या चरणात ज्ञानदेव सांगतात,

ज्ञान गूढ गम्य ज्ञानदेवा लाधलें ।

निवृत्तीने दिधलें माझ्या हाती ॥

व्यवहारातील सर्व शास्त्रे, कला, विज्ञान यांचे ज्ञान म्हणजे ज्ञेय आणि ज्ञान मिळविणारा म्हणजे ज्ञाता हे भिन्न असतात. हा आपला नेहमीचा अनुभव आहे. परंतु भगवंताचे ज्ञान हे गूढ आहे. हे गूढ ज्ञान समजण्यासाठी ज्ञाता (साधक) आणि ज्ञेय (ईश्वर) हे जेव्हा एकरूप होतात, तेव्हाच खऱ्या ज्ञानाचा उदय होतो. अध्यात्मातील ही एक जटिल आणि तितिक्षा पाहणारी प्रक्रिया आहे. याचा उलगडा स्वामी प्रज्ञानंद यांच्या चरित्राद्वारे होऊ शकेल.

स्वामी प्रज्ञानंद यांना लहानपणापासून देवधर्माची आवड होती. सन १९१५ ते १९२९ पर्यंत गृहस्थाश्रमाच्या काळात त्यांनी नियमित साधना केली. सन १९३० मध्ये सद्गुरू रावजीबुवा यांच्याकडून

त्रयोदशाक्षरी राममंत्रांचा अनुग्रह मिळाला आणि साडे तीन कोटी मंत्रांचा जप केल्यानंतर भेट, अशी आज्ञा मिळाली. रोज ४० ते ५० हजार मंत्रजप ते करीत असत आणि साडे चार कोटी जपसंख्या झाल्यानंतर ते सद्गुरूच्या भेटीला गेले. त्यानंतर त्यांनी अनेक कठोर साधना केली.

सन १९३६ ते १९३८ सालापर्यंत खजूर, केळी व मूठभर शेंगदाणे एवढाच आहार घेऊन ते दिवसभर साधना करीत. खेडच्या मंदिरात २४ लक्ष गायत्री पुरश्चरण त्यांनी पूर्ण कले. जून १९४४ साली त्यांना आदिशक्तीचे दर्शन झाले. कठोर साधनेने ईश्वरी तादात्म्याचा अनुभव त्यांना वेळोवेळी येत असे. याचे दृश्य फल म्हणून दिनांक १० ऑगस्ट १९४५ गुरुवारी त्यांनी 'श्रीरामचरित्रमानस' या मूळ ग्रंथाच्या मराठी अनुवादाचे कार्य सुरू केले. मूळ ग्रंथाप्रमाणे दोहा, चौपाया, छंद इत्यादीप्रमाणे समवृत्त, समछंद अनुवाद केवळ ३ महिन्यात केला. रामचरित्र मानस ग्रंथात जवळपास १० हजार चौपायांचा काव्यानुवाद समवृत्तात करणे, हा एक महान चमत्कार आहे.

असाच चमत्कार ज्ञानदेवांनी भक्त आणि भगवंत एकरूप होतात, तेव्हा ज्ञानेश्वरीच्या रूपाने करून दाखविला आहे. विनयी ज्ञानेश्वर महाराज सांगतात, सद्गुरू निवृत्तीनाथ महाराजांनी कृपावंत होऊन त्यांना गूढगम्य ज्ञान दिले. आणि सातशे वर्षांनंतर श्री ज्ञानदेवांची कीर्तिपताका दुमदुमत आहे. अशा माउली ज्ञानदेवांचे कृपावंत बालक होण्याचा आपण प्रयत्न करू.

ॐ

अभंग अठरावा

हरिवंशपुराण हरिनामसंकीर्तन

भागवत पुराणाच्या सुरुवातीलाच परिक्षित राजाची कथा येते. एकदा परिक्षित राजा शिकारीसाठी वनात संचार करीत होता. वनात पुष्कळ काळ संचार झाल्याने राजा तहानभुकेने व्याकूळ झाला. इतक्यात राजाला एका ऋषीचा आश्रम दिसला. आश्रमात शमिक नावाचे ऋषी ध्यान करीत होते. अतितृष्णेने व्याकूळ झालेल्या राजाने ध्यानस्त ऋषीजवळ पाण्याची याचना केली. गाढ ध्यानात असलेल्या ऋषींनी राजाला प्रतिसाद दिला नाही.

परिक्षित राजाला हा आपला अपमान वाटला. त्याने आश्रमाबाहेर मृत साप दिसताच तो धनुष्याच्या टोकाने उचलून शमिक ऋषीच्या खांद्यावर ठेवला. ऋषी पुत्र शृंगी याला राजाने आपल्या पित्याच्या खांद्यावर मृत साप ठेवला, हे पाहून अतिशय क्रोध आला. त्याने राजाला आजपासून सातवे दिवशी सर्पदंशाने मृत्यू येईल, असा शाप दिला.

परिक्षित राजाला त्याला मिळालेल्या शापाची हकिकत शमिक ऋषीच्या शिष्याने सांगितली. राजाने आपल्याला मिळालेला शाप हा वैराग्यासाठी वरदान मानला. त्याने राज्याचा सर्वसंग परित्याग केला आणि गंगेच्या तीरावर गेला. त्या पवित्र स्थानी अनन्य भावाने भगवान श्रीकृष्णाचे ध्यान करू लागला.

अकस्मात महर्षी व्यासांचे ज्ञानी पुत्र शुकाचार्य तिथे आले. श्री शुकाचार्यांना राजाने मनोभावे वंदन केले आणि राजाने शुकाचार्यांना विनंती केली की, मरणोन्मुख पुरुषाने मोक्षप्राप्तीसाठी काय साधन करावे, हे सांगावे. श्री शुकाचार्यांनी मोक्षासाठी भगवान श्रीकृष्णाचे माहात्म्य श्रवण करून त्याचे नामसंकीर्तन करावे, असे सांगितले. श्रीकृष्ण महात्म्य परिक्षित राजाला कळावे म्हणून वेदतुल्य भागवत पुराण राजाला सांगितले.

एकाग्र चित्ताने राजाने भागवत पुराण ऐकले. श्री शुकाचार्यांना वंदन करून परमात्म्याचे ध्यान केले आणि राजा ब्रह्मरूप झाला. निमित्तमात्र होण्यासाठी तक्षक सर्पाने राजाला दंश केला. राजाला मोक्ष मिळाला म्हणून देवांनी दुंदुभी वाजविल्या व पुष्पवृष्टी केली.

श्री ज्ञानदेव सांगतात, जी व्यक्ती हरिवंशपुराण ऐकते आणि हरिनामाचे संकीर्तन करते, त्याला वैकुंठ लोकाची प्राप्ती होते. खालील अभंगात हाच भाव प्रगट झाला आहे.

हरिवंशपुराण हरिनामसंकीर्तन ।

हरिवीण सौजन्य नेणे कांहीं ॥१॥

तया नरा लाधलें वैकुंठ जोडलें ।

सकळही घडलें तीर्थाटिन ॥२॥

मनोमार्गे गेला तो येथें मुकला ।

हरिपाठीं स्थिरावला तोचि धन्य ॥३॥

ज्ञानदेवा गोडी हरिनामाची जोडी ।

रामकृष्णीं आवडी सर्वकाळ ॥४॥

हरी ज्याला प्रिय आहे, तो हरिवंशपुराण ऐकतो. हरिवंशपुराण

नावाचे स्वतंत्र पुराण नाही. परंतु ज्या पुराणात हरीच्या लीलांचे आणि हरीच्या वंशाचे साकल्याने वर्णन आहे, असे पुराण हरिवंशपुराण समजावे. जसे रामायण, भागवत आदी ग्रंथ!

भागवत वा अन्य पुराण जसे रामायण याची जनमानसावर आजही मोहिनी आहे. काही वर्षांपूर्वी टी. व्ही. वर रामानंद सागर यांची रामायण मालिका सुरू केली होती. समाजातील सर्व थरातील प्रेक्षकांचा त्याला अमाप प्रतिसाद मिळाला होता. त्यामुळे रामायण मालिकेच्या प्रक्षेपणाच्या वेळी रस्ते, बाजारपेठा ओस पडत असत. इतकेच काय लग्नाच्या पत्रिकेत लग्नमंडपात टी. व्ही. सेट उपलब्ध आहे, असे लोक छापत असत. कारण लग्नाच्या वेळेवर नातलग वा इष्टमित्र रामायण मालिका सोडून उपस्थित राहतील, याची खात्री वधू - वर पक्षाला नसे.

रामायण वा भागवत पुराणातील उच्च नैतिक आदर्श जीवनाची केवळ भारतीयांना नव्हे; तर जगाला गरज आहे. भागवतात कृष्णलीलांचे वर्णन केले आहे. भागवत ही भगवंताची प्रत्यक्ष वाङ:मयमूर्ती आहे. भागवत पुराणाच्या श्रवणाने वा पठणाने हृदयातील भक्तीचा अंकूर वृद्धिंगत होऊन भगवंताविषयी प्रेम वाढते. श्री एकनाथ महाराज म्हणतात,

श्रवणें परिक्षित तरला । क्रौंच उद्धरला ।

मकरोदरीं श्रवण पावला ।

सिद्ध झाहला मत्स्येंद्र ॥

भगवंतांच्या लीला प्रसंग ऐकून श्रवणकर्त्यात भक्तीचा उदय होतो. हळूहळू स्वतःचे अस्तित्व विसरून परमेश्वराशी एकरूप होतो. परंतु असे घडविण्यासाठी श्रवण आर्त भावाने व्हावे. जसे परिक्षित राजा शुकाचार्यांकडून भागवत ऐकताना तहानभूक विसरला होता. श्रवण कसे व्हावे याविषयी शास्त्रात श्रोत्याचे दोन प्रकार सांगितले

आहे.

(१) प्रवर श्रोता, (२) अवर श्रोता

(१) अवर श्रोता हा कनिष्ठ दर्जाचा श्रोता मानला गेला आहे. प्रवर श्रोत्याचे चार प्रकार आहे.

(१) चातक (२) हंस (३) शुक (४) मीन

चातक श्रोता : जो सर्व शास्त्रांची उपेक्षा करून केवळ श्रीकृष्णविषयक ग्रंथाचे श्रवण करतो.

हंस श्रोता : जो ग्रंथाचा सारासार विचार करतो, त्याला हंस श्रोता म्हणतात.

शुक श्रोता : श्रवण केल्यानंतर जो परिमित पण गोड प्रश्न करतो, तो शुक श्रोता होय.

मीन श्रोता: श्रवणाचे जो मुक्याने रसस्वादन करतो, त्याला मीन श्रोता म्हणतात.

प्रेमपूर्वक ग्रंथाचे श्रवण केल्याने भगवंताचे गुण हृदयात ठसतात आणि 'अंतरीचे धावे स्वभावे बाहेरी' या न्यायाने भगवंताचे गुण मुखावाटे बाहेर पडतात, यालाच संकीर्तन असे म्हणतात. भक्त आपल्या स्वभावाप्रमाणे भगवंताचे संकीर्तन तीन प्रकारे करतो.

(१) गुणसंकीर्तन (२) लीलासंकीर्तन (३) नामसंकीर्तन.

भक्ताचे दुर्गुण, दोष जातात आणि त्याचे चारित्र्य सद्गुणी निर्मळ होते, यालाच ज्ञानदेव 'हरिवीण सौजन्य नेणे कांहीं' असे म्हणतात. अशा भक्ताचे जगतातील सर्व व्यवहार, मनोव्यापार केवळ ईश्वराला केंद्रित करून केलेले असतात. भगवंताला अशी निर्भेळ भक्ती आवडते आणि आपले वैकुंठ सोडून तो सुखेनैव भक्ताच्या घरी येतो. 'दळीता कांडिता तुज गाईन मी अनंता' असे म्हणणाऱ्या जनाबाईच्या घरी श्रीकृष्ण येऊन तिचे काम करीत असल्याची कथा आपणाला

माहीत आहे. परम उत्कट भक्ती करणाऱ्या भक्ताला वैकुंठाधिपतीचा लाभ झाल्याने, त्याचे हरिस्मरण त्याला सर्व तीर्थयात्रेचे पुण्य देते. याविषयी संत एकनाथ महाराज सांगतात,

रामकृष्णादि नामश्रेणी

अखंड गर्जे ज्याची वाणी ।

त्यासीं तीर्थ येती लोटांगणी ।

सुरवर चरणी लागती स्वयें ॥

तिसऱ्या चरणात ज्ञानदेव म्हणतात,

मनोमार्गें गेला तो येथें मुकला।

हरिपाठीं स्थिरावला तोचि धन्य ॥

मनोमार्गें याचा अर्थ मनाची विषयासक्ती होय. मनाची ही स्वाभाविक प्रवृत्ती आहे. विषय आणि इंद्रिये यांचा संबंध आला म्हणजे दुथडी भरून सुखाला पूर आल्यासारखे माणसाला वाटते. ऋण काढून लग्न वाजत गाजत करावे किंवा मधुमेही रोग्याने साखर गोड म्हणून बकाबका खावी. याप्रमाणे विषय आणि इंद्रिये यांच्या संगमाने माणसाला प्रथम सुख वाटते. तरी परिणामी ते दुःखदायक ठरते. अपेयपान, अभक्ष्यपान आणि स्वैर स्त्रीच्या संबंधाने होणारे सुख कल्याणप्रद नसते.

ज्ञानेश्वर माऊलींनी मनाची व्याख्या ज्ञानेश्वरीच्या १३ व्या अध्यायात केली आहे.

द्वैत जेथे उठी। अविद्या जेणें लाठी ।

जे इंद्रियांते लोटी । विषयांमाजी ॥

ज्याच्या योगाने द्वैतभाव उत्पन्न होतो, अज्ञान वाढते आणि इंद्रियांना विषयांकडे वळविते त्याला मन असे म्हणतात.

मनाने इंद्रियांचे लाड पुरविण्याच्या शक्तीपुढे काही वेळा साधुसंत आणि देवसुद्धा विचलित झाले आहे. कठोर तप करणारे विश्वामित्र ऋषी मेनकेपुढे हतबल झाले. तर अहिल्येच्या सौंदर्यावर भाळून इंद्रदेवाचे अधःपतन झाले. मनाच्या चंचलतेवर बहिणाबाईची एक प्रसिद्ध कविता आहे.

मन वढाय वढाय, उभ्या पिकातलं ढोर ।

किती हाकला हाकला, परि येतं पिकावर ॥

मनाच्या चंचलतेवर रामकृष्ण नावाची आवड असणे हाच एकमात्र उपाय आहे.

शेवटच्या चरणात ज्ञानदेव म्हणतात,

ज्ञानदेवा गोडी हरिनामाची जोडी ।

रामकृष्णीं आवडी सर्वकाळ ॥

आपल्या जीवनाला हरिनामाची अतूट जोड दिली की, त्या नामाची गोडी वाढते. हरिनामाचे साध्य ईश्वर प्राप्त झाला तरीसुद्धा हरिनामाची सवय तुटत नाही. ज्ञानदेव त्यांच्या बाळछंद नामक अभंगात सांगतात की, पृथ्वीवरचे राज्य दिले तरी ते स्वीकारणार नाही, परंतु हरिस्मरण करण्याचे व्रत सोडणार नाही.

पृथ्वीतळ राज्यामद । मी नेघें नेघें हेंही पद ।

रामकृष्ण वाचे गोविंद। हाचि छंद तुझ्या पंथे ।

आपण सर्वांना लाभकारक हरिनामाचा छंद लाभो, ही श्रीहरी चरणी प्रार्थना !!

ॐ

अभंग एकोणीस

वेदशास्त्र प्रमाण श्रुतीचें वचन

प्रवास करीत असताना, श्री गुरुनानक आणि त्यांचा प्रिय शिष्य मरदाना आसाममध्ये पोहोचले. गुरुनानकांनी मरदानाला सांगितले, या प्रदेशात जादूटोण्याचे प्रस्थ आहे. तेव्हा तू सांभाळून राहा.

त्या दिवशी त्यांनी तंबू ठोकून रात्री निवास केला. दुसऱ्या दिवशी मरदाना भिक्षा मागण्यासाठी शेजारच्या गावात गेला. जादूगाराच्या घराजवळ मरदाना जाताच जादूगाराने मंत्र उच्चारून मरदानाला पक्षी बनविले आणि पिंजऱ्यात बंदिस्त केले. गुरुनानकदेव मरदानाचा शोध घेत त्या जादूगाराच्या घराजवळ पोहोचले. गुरुनानकदेवांनी मरदानाचे नाव घेऊन त्याला बोलावले. नाव ऐकताच पिंजरा तुटला व मरदाना मनुष्य रूपात गुरुनानकदेवांजवळ गेला. आपला मंत्र विफल झालेला पाहून जादूगार खजील झाला. गुरुनानकदेव महान संत असल्याची त्यांची खात्री पटली. गुरुनानक देवांना तो जादूगार म्हणाला, माझ्या मंत्रापेक्षा तुमचा मंत्र श्रेष्ठ आहे. तेव्हा गुरुनानकदेव म्हणाले, आमचा एकच मंत्र आहे, 'एक ओंकार सतिनाम, कर्तापुरुष निर्भउ, अकालु मुरती अजुनी सै भंगुर प्रसादि .' याचा अर्थ 'एक ईश्वराचे नाव सत्य आहे. जो साऱ्या संसाराचा कर्ता आहे. निर्भय, अजर, अमर आहे आणि त्याच्या कृपेचा मी इच्छुक आहे.'

परिसाच्या प्रभावाने लोखंडाचे सोने व्हावे, त्याप्रमाणे गुरुनानक

देवांच्या उपदेशाने कुटील जादूगार प्रभावीत झाला. तसेच तो गुरुनानकदेवांचा शिष्य झाला आणि गुरूंच्या मंत्राचा जप करू लागला.

श्री ज्ञानदेव सांगतात, वेदशास्त्र आणि श्रुती एकच गोष्ट प्रतिपादन करतात. जीवनाचे सार ईश्वर नाम (नारायण) सत्य आहे. या नामाचा जप करा आणि त्याच्या कृपेस पात्र व्हा. खालील अभंगात हाच भाव स्पष्ट दिसून येतो.

वेदशास्त्र प्रमाण श्रुतींचें वचन ।

एक नारायण सार जपा ॥१॥

जपतप कर्म हरिवीण धर्म ।

वाऊगाची श्रम व्यर्थ जाय ॥२॥

हरिपाठी गेले ते निवांतचि ठेले ।

भ्रमर गुंतले सुमन कळिके ॥३॥

ज्ञानदेवीं मंत्र हरिनामाचें शस्त्र ।

यमें कुळगोत्र वर्जियेलें ॥४॥

सुख प्राप्तीचा व दुःखनिवृत्तीचा अलौकिक उपाय सांगणाऱ्या ग्रंथाला वेद म्हणतात. वेदांपासून धर्म व ईश्वर याचे ज्ञान मिळते. ऋग्वेद, यजुर्वेद, सामवेद व अथर्ववेद असे चार वेद आहेत. उपनिषदे एकूण १०८ आहेत. त्याचप्रमाणे न्याय, वैशेषिक, सांख्य, योग, पूर्वमीमांसा व उत्तरमीमांसा अशी सहा शास्त्रे आहेत.

वेदशास्त्रे व श्रुती यांचे आधारभूत वचन आहे की, जीवनाचे सार असलेल्या नारायण नामाचा जप करा. कारण वेदासारख्या विस्तृत व कठीण ग्रंथाचे परिशीलन सामान्य माणूस करू शकत नाही. म्हणून तुकाराम महाराज म्हणतात,

वेद अनंत बोलला ।

अर्थ इतुकाची साधिला ।

विठोबाला शरण जावे ।

निजनिष्ठे नाम घ्यावे ॥

द्वितीय चरणात ज्ञानदेव म्हणतात,

जपतप कर्म हरिवीण धर्म ।

वाऊगाची श्रम व्यर्थ जाय ॥

कलियुगात धार्मिक कार्य न करणारे व करणारे याप्रकारे लोकांची समाजात विभागणी झाली आहे. धार्मिक कार्य न करणारे स्वतःलाच फार मोठे समजून 'देव, धर्म सब झूठ है' या पद्धतीने वागतात. अशा लोकांची मानसिक धारणा वर्णन करणारी कविता व्हॉटस ॲपवर वाचली होती.

कलियुगाचे पर्व आहे

प्रत्येकाला इथे गर्व आहे

मी आहे तर सर्व आहे

नाही तर सर्व व्यर्थ आहे

दुसरे काही लोक जप, तप, यज्ञ करतात. परंतु या सर्व कर्मांचा उद्देश हरी प्राप्ती नसून ऐहिक कल्याण व्हावे, असा असतो. तसेच काही लोक भागवत पुराण सांगतात. या सर्व घटनांचा एकच निष्कर्ष निघतो की, भगवंताविषयी प्रेम नसले की, प्रवचन, जप, तप, यज्ञ आदी धार्मिक कार्याचे श्रम व्यर्थ जातात.

संत तुकाराम महाराज हरि प्रेम नसताना केलेली धार्मिक कार्ये खोटी आहेत, असे एका अभंगातून सांगतात.

लटिकें तें ज्ञान, लटिकें ते ध्यान ।

जरी हरि कीर्तन प्रिय नाही ॥

लटिकेची केलें वेदपारायण ।

जरी नाहीं स्फुंदन प्रेम कथे ॥

लटिके ते तप लटिका तो जप ।

आळस निद्रा झोप कथाकाळी ॥

हरिप्रेमाशिवाय अनेक धार्मिक कार्यांचे डोंगर उभे केले, तरी समाधान मिळत नाही. विषयी वृत्तीतून निवृत्ती साधली की एकाग्रतेने नामाची पुनरावृत्ती होत राहते. नाम पुनरावृत्तीने हृदयात हरिप्रेम चढत्या श्रेणीने वाढते आणि हरिप्रेमाने कार्य केले तर समाधानाची गंगा हृदयात अखंड वाहते. हीच भावना तिसऱ्या चरणात ज्ञानदेव व्यक्त करतात.

हरिपाठी गेले ते निवांतचि ठेले ।

भ्रमर गुंतले सुमन कळिके ॥

एखादा भ्रमर फुलाच्या कळीवर बसून मकरंद सेवन करीत राहिला तर स्वतःला विसरून जातो. त्याचप्रमाणे हरिनामी रंगलेल्या भक्ताची अवस्था असते. तो स्वतःला विसरून अमर्याद आनंद लुटत असतो. गोकुळात कृष्णाच्या बासरीतील मधुर गुंजनाने जो आनंद गोपींना मिळाला, तोच आनंद अखंड हरिस्मरणाने भक्तांना मिळतो, असे कवी दिलीप अंबिके काव्यात सांगतात...

श्वासांत घासात राम । मुखांत मनात नाम ।

वाजते बासरी शाम । डोलते मनात नाम ॥

हरिपाठी गेले याचे दोन अर्थ संभवतात. पहिला अर्थ हरीचे

नामस्मरण केले पाहिजे हा होतो. दुसरा अर्थ हरीच्या पाठीमागून जाणे हा होतो. हरिपाठी जाणे याचा संदर्भ सर्व इंद्रियांद्वारा हरिशी संलग्न राहणे, उदाहरणार्थ डोळ्यांनी हरीचे रूपसौंदर्य पाहणे. कानांनी त्याचे मधुर गुणकीर्तन ऐकणे. जिभेने त्याचे गोड नाम घेणे. हातांनी हरीची पूजा करणे आणि पायांनी हरिस्थानी म्हणजे मंदिरात किंवा पवित्र क्षेत्री जाणे. इतकेच नव्हे; तर काम करताना हरीचे अनुसंधान ठेवणे. अशा भक्ताची अवस्था आपल्या अनुभवावरून तुकाराम महाराज सांगतात.

रंगला या रंगे।

तुका विठ्ठल सर्व अंगें ॥

चौथ्या चरणात ज्ञानदेव म्हणतात,

ज्ञानदेवीं मंत्र हरिनामाचें शस्त्र ।

यमें कुळगोत्र वर्जियेलें ॥

ज्ञानदेवाजवळ हरिनामाचे शस्त्र असल्यामुळे, काळरूपी यमाचा प्रभाव त्यांच्या कुळावर पडत नाही. श्रीगुरुचरित्रात असाच एक उल्लेख आढळतो. श्री दत्त परंपरेत श्री दत्ताला गुरुदेव असे संबोधतात. श्रीगुरुचरित्रात १४ व्या अध्यायात श्रीनृसिंह सरस्वती त्यांच्या सायंदेव या शिष्याला मृत्यूबाबत आश्वस्त करताना सांगतात.

ज्याचे हृदयी श्रीगुरुस्मरण ।

त्यासी कैंचे भय दारुण ।

काळमृत्यू न जाणे कांही ।

अपमृत्यू काय करी ॥

मृत्यू हा मानवी जीवनाचा पूर्णविराम आहे. तर संत याला अपवाद आहे काय ? याचे शास्त्रीय कारण असे आहे. सामान्य माणसाला मृत्यू त्याच्या अटळ दैवगतीने येतो. परंतु संत इच्छामरणी असतात.

अनेक संत चरित्रामधून केवळ एक दोन उदाहरणे पाहू या ! आपल्या शेवटच्या काळात संत गजानन महाराज पंढरपूरला गेले होते. तिथे पांडुरंगाला आपले जीवीत कार्य संपल्याचे त्यांनी सांगितले होते. आणि नंतर शेगावला येऊन त्यांनी देहत्याग केला.

श्री वासुदेवानंद सरस्वती यांचा मृत्यूयोग आला असता, समाधी लावून त्यांनी ती अशुभ वेळ टाळली आणि त्यांच्या इच्छेप्रमाणे शुभतीथीला त्यांनी देहत्याग केला.

आपण सामान्यजन 'मरावे परि कीर्तिरूपे उरावे' ही भावना ठेवून अखंड नामस्मरण करू या.

ॐ

अभंग विसावा

नामसंकीर्तन वैष्णवांची जोडी

दैवजात दुःखे भरता, दोष ना कुणाचा ।

पराधीन आहे, जगती पुत्र मानवाचा ॥

कवी गदिमांच्या गीत रामायणातील या ओळी मानवाच्या आयुष्यातील प्रारब्धाचे महत्त्व अधोरेखित करतात. भक्त वेणांस्वामींचे उदाहरण बघा. वयाच्या अवघ्या दहाव्या वर्षी तिचे लग्न घरंदाज श्रीमंत पतीशी ठरले होते. सर्वजण तिच्या भाग्याचा हेवा करीत होते. पण विधिलिखित वेगळेच होते. लग्नानंतर अवघ्या सहा महिन्यांत तिच्या पतीचे श्री दत्तात्रयरावांचे विहिरीत पोहत असताना अपघाती निधन झाले.

वैधव्याचे दुःख आणि समाजातील कुटिल लोकांचा जाच सहन करणे एवढेच तिच्या नशिबात होते. अचानक एक दिवस समर्थ रामदास स्वामी हे तिच्या घरी भिक्षेसाठी आले. समर्थांनी वेणाला 'सदा सर्वदा देव सन्निद्ध आहे' या भावनेने रामरायाचे नामस्मरण करावे, असा उपदेश केला. त्यानंतर काही दिवसांनी वेणा माहेरी कोल्हापूरला आली होती.

कोल्हापूरच्या महालक्ष्मी मंदिरासमोर रामदास स्वामींचे कीर्तन तिने ऐकले. कीर्तनानंतर तिने रामदास स्वामींना आपल्या

आध्यात्मिक शंका विचारल्या. त्याच रात्री रामदास स्वामींनी तिच्या सर्व शंकांचे निरसन केले. गावातल्या कुटाळ लोकांना वेणा रात्रभर घराबाहेर राहिली, हे कारण निंदेसाठी निमित्त ठरले. तिच्या चारित्र्यावर कुटिल लोकांनी अभद्र आरोप केले. वेणाने मात्र मी शुद्ध आहे, पवित्र आहे, माझा आदर्श संत मीराबाई आहे, असे सांगितले. यावर कुटिल लोकांनी मीराबाईंनी विष प्राशन करून परीक्षा दिली, तशी परीक्षा वेणाला द्यायला सांगितली. सर्व लोकांसमोर वेणाने पितळेच्या पेल्यातून विष प्राशन केले. विष प्राशन करताना वेणाने सतत रामरायाचे स्मरण केले. सर्व निंदकांना वाटले अर्ध्या घटिकेत वेणाचा मृत्यू होईल. पण रामरायाच्या कृपेने वेणा जिवंत राहिली आणि लज्जित निंदकांनी वेणाची क्षमा मागितली. श्री रामदास स्वामींनी वेणाच्या सुशील चारित्र्यावर व नामभक्तीवर प्रसन्न होऊन तिला मठाधिपती केले. केवळ रामरायाच्या स्मरणाने बालविधवा वेणाचे पूर्वजन्मीचे अनंत पाप भस्म झाले आणि अपमानित वैधव्य जीवनाऐवजी मठाधिपतीचे सन्मानानिय जीवन लाभले.

केवळ नामसंकीर्तनाने वैष्णवांची अनंत कोटी पापे लयाला जातात, असे ज्ञानदेव खालील अभंगात सांगतात,

नामसंकीर्तन वैष्णवांची जोडी ।

पापें अनंत कोडी गेलीं त्यांचीं ॥१॥

अनंत जन्मांचें तप एक नाम ।

सर्व मार्ग सुगम हरिपाठ ॥२॥

योग याग क्रिया धर्माधर्म माया ।

गेले ते विलया हरिपाठें ॥३॥

ज्ञानदेवीं यज्ञ याग क्रियाधर्म ।

हरिवीण नेम नाहीं दुजा ॥४॥

प्रस्तुत अभंगात ज्ञानेश्वर महाराज वैष्णवांसाठी नामसंकीर्तन हा एक अमोल ठेवा आहे, असे सांगतात. वैष्णव हे त्यांच्या बाह्य आणि अंतरलक्षणावरून ओळखले जातात. वैष्णवांचे बाह्य लक्षण म्हणजे ते गोपीचंदनाची उटी लावतात आणि पवित्र तुळशीच्या माळा धारण करतात. श्री तुकाराम महाराज एका अभंगात वैष्णवाचे वर्णन करतात.

गोपीचंदन उटी तुळशीच्या माळा ।

हार मिरविती गळा रे ॥

टाळ मृदंग घाई पुष्प वर्षाव ।

अनुपम्य सुख सोहळा रे ॥

वैष्णवांचे अंतर लक्षण श्री ज्ञानदेव एका अभंगात वर्णन करतात,

सतत कृष्णमूर्ती सांवळी ।

खेळे हृदयकमळ ।

शांती क्षमा तया जवळीं ।

जीवेभावे अनुसरल्या ॥

सर्व प्राणिमात्रांवर प्रेम करणारा, त्यांचेच हित चिंतणारा व ज्यांच्या हृदयात हरी आहे, तोच एक वैष्णव होय. या सर्व वैष्णवांचे एक प्रमुख लक्षण श्री नामदेव महाराज सांगतात,

नामा म्हणे नाम केशवाचें घेसी।

तरीच वैष्णव होसी अरे जना ॥

सर्व संतांचा नामाविषयी एवढा आग्रह का? याचे उत्तर कामक्रोधादी षडरिपू आणि दृश्य वस्तुंविषयी आसक्ती यामुळेच मनुष्य पाप करतो. परंतु नामांचा अभ्यास केल्याने षडरिपू आणि आसक्तींचा प्रभाव नामधारकावर होत नाही आणि त्याचे अंतःकरण

गंगेसारखे निर्मळ होते.

पूर्वजन्मी अनंत तप केले असेल, तरच नाम मुखात येते आणि त्याचा ध्यास नामधारकास लागतो, याविषयी श्री नामदेव महाराज म्हणतात,

अनंत पुण्यराशी घडेल ज्यापाशीं ।

तरीच मुखाशी नाम येत ॥

या जगात नामाइतके दुसरे सोपे साधन नाही. कारण कर्मयोगाला आचरणात सूक्ष्मता हवी असते. तपाचरणाला कठोर नियमांचे पालन हवे असते. परंतु नामसंकीर्तन इतर सर्व साधनांपेक्षा श्रेष्ठ फल देणारे साधन अत्यंत सुलभ आहे. म्हणून ज्ञानदेव म्हणतात, 'सर्व मार्ग सुगम हरिपाठ.' नाम घेताना निसर्गाकडून काही गोष्टी माणसाने शिकून घ्याव्यात.

(१) सदाफुलीसारखे नाम हसतमुखाने घ्यावे.

(२) रातराणी जशी काळोखात फुलते तसे नाम विपरीत परिस्थितीच्या काळोखातही घ्यावे.

(३) गुलाब जसा काट्यांत फुलतो, तसे संकटातही नाम सतत घ्यावे.

(४) चिखल तुडवून कमळ जसे वर येते तसे गरिबीच्या दलदलीत फसलेल्या व्यक्तीने उत्साहाने नाम घ्यावे. कारण नामासाठी कष्ट, धन याची आवश्यकता नसते.

संत तुकाराम महाराज नामाची सुलभता एका अभंगात वर्णन करतात.

सोपे हे साधन लाभ येतो घरा ।

वाचेसी उच्चारा राम हरि ॥

न लगती कष्ट न लगे सायास ।

करावा अभ्यास विठ्ठलाचा ॥

तुका म्हणे कांही न वेचितां धन ।

जोडे नारायण नामासाठीं ॥

तिसऱ्या चरणात ज्ञानदेव म्हणतात,

योग योग क्रिया धर्माधर्म माया ।

गेले ते विलया हरिपाठें ॥

नामस्मरणाच्या सामर्थ्याने योग, याग इत्यादी सर्व क्रिया विलयाला जातात. गीतेच्या दहाव्या अध्यायात भगवंत सांगतात, 'यज्ञांना जपयज्ञोऽस्मि' सर्व यज्ञात जपयज्ञ ही माझी विभूती आहे, म्हणून मन हे शब्दात जितके रममाण होते, तेवढे इतर विषयात होत नाही. व्यवहारात आपण आपल्या आवडीचे गाणे ऐकत कोणतेही काम कितीही काळ उत्साहात करतो. हा अनुभव आपल्या सर्वांचाच आहे. **तेव्हा अखंड नामस्मरणाने चित्ताची एकाग्रता होते आणि योगाचे चित्तवृत्ती निरोध हे फळ विनासायास प्राप्त होते.**

ईश्वराच्या मायेचा प्रभाव सर्व प्राणिमात्रावर पडतो. ज्ञानेश्वरीत सातव्या अध्यायात मायेला नदीचे रूपक देऊन सुंदर वर्णन केले आहे. माया नदीला द्वेषरूपी भोवरें, मत्सररूपी वळणें असून जिच्यात उन्मतरूपी मासे तळपत आहेत. या नदीत विषयसुखरूपी बेटावर कामरूपी लाटा आदळून त्या ठिकाणी जीवनसमुदायरूपी फेस पुष्कळ दिसत असतो. अहंकाररूपी नदीच्या प्रवाहाने विद्या, धन, सामर्थ्य या तीन अभिमानाच्या बळाने विषयतरंगरूपी लाटेने सर्व मानव प्रभावित झाले आहे. या नदीतील मोह, भ्रांती हे मासे धैर्यरूप मांस गिळून टाकतात. या नदीच्या पुराच्या प्रवाहात कोणत्याही मानवाचे पाय जमिनीला लागत नसून, सर्व प्रवाहपतित

होतात. अशा भयंकर नदीत कोणी अंगबळाने पोहून जातो, हे म्हणणे पथ्य न करता व्याधी टळेल, असे म्हणण्यासारखे मूर्खपणाचे आहे. केवळ हरिनामाची नौका घेऊन मानव ही मायानदी पार करू शकतो.

मात्र ज्या लोकांचा हरिनामावर विश्वास नसतो, तेच लोक कष्टदायक अशा यज्ञ, याग आदी क्रियांचा अवलंब करतात. श्री ज्ञानदेव महाराजांचा हरिनामाच्या अपार सामर्थ्यावर विश्वास असल्यामुळे ते सप्रेम हरिनामाचा जप करतात. नेमकी हीच गोष्ट संत नामदेव सांगतात,

नामा म्हणे नाम आम्हां हेचि नेम ।

नित्य तो सप्रेम जप आम्हां ॥

किंबहुना दुसऱ्या शब्दात ज्ञानदेव चौथ्या चरणात हेच सांगतात,

ज्ञानदेवीं यज्ञ याग क्रियाधर्म ।

हरिवीण नेम नाहीं दुजा ॥

श्री ज्ञानदेवांच्या मार्गाचे अनुसरण करण्यासाठी आपणही हरिनामाचा नेम आयुष्यभर पाळू या.

ॐ

अभंग एकविसावा

काळ वेळ उच्चारितां नाहीं

पैठणचे संत एकनाथ शांतिब्रह्म म्हणून ओळखले जात. एकदा एक मनुष्य एकनाथांकडे आला आणि म्हणाला, तुमचे जीवन किती शांती आणि प्रसन्नतेने भरले आहे. या उलट माझ्या जीवनात काम, क्रोध, दुर्व्यसनांचे तांडव नेहमी जाणवते. तेव्हा जीवनात शांती प्राप्त करण्याचा रामबाण उपाय सांगा.

श्री एकनाथ महाराज म्हणाले, 'मी शांती प्राप्त करण्याचा उपाय सांगितला असता, परंतु आता तुझे जीवन केवळ आठ दिवसांचे उरले आहे. तेव्हा तुला या, जीवनांत जे काही करावयाचे असेल ते करून घे'

श्री एकनाथासारख्या संत महात्म्याने आपले आयुष्य केवळ आठ दिवसांचे सांगितले, या विचाराने तो मनुष्य उदास झाला. घरी जाऊन त्याने आपल्या पत्नी, मुलांना बोलावून सांगितले, आजपर्यंतचे माझे आयुष्य मी केवळ मौजमस्ती करण्यात घालविले. स्वार्थासाठी मी कुणाशी खोटे बोललो, तर काही लोकांना फसविलेसुद्धा! या सर्व गोष्टींचा मला आता पश्चात्ताप होतो आहे. आता आयुष्यातील आठ दिवसांचा अल्पकाळ मी केवळ ईश्वर स्मरणात घालविणार आहे आणि मृत्यूच्या विचाराने त्याने सात दिवस ईश्वर स्मरण, चिंतनात व्यतीत केले. आठव्या दिवशी सकाळींच तो एकनाथ महाराजांना

भेटावयास गेला. संत एकनाथांनी त्याला विचारले, 'गेल्या सात दिवसांत तू भोग विलासाचा आनंद घेतलास काय?' त्यावर तो मनुष्य म्हणाला, 'काळरूपी मृत्यूची तलवार डोक्यावर सतत लटकत असल्यामुळे मी सात दिवस ईश्वराचे सतत स्मरण, चिंतन केले. आता मी शांतपणे मृत्यूला सामोरे जाईन.'

श्री एकनाथ महाराज म्हणाले, 'वेड्या, जीवनात शांती प्राप्त करण्याच्या प्रश्नाचे उत्तर तूच दिले आहे. अरे आम्ही साधू संत लोक जीवन हे क्षणभंगूर आहे, याचे सतत स्मरण ठेवतो आणि परमेश्वराचे सतत नामस्मरण करतो. त्यामुळे आम्हाला जीवनात कोणत्याही परिस्थितीत शांती लाभते. तू आता सुखाने घरी जा. तुला दीर्घायुष्य प्राप्त होईल. फक्त शांती प्राप्त करण्याचा मंत्र विसरू नको.'

श्री ज्ञानदेव सांगतात, कुठल्याही विशिष्ट काळवेळेची वाट न पाहता हरिस्मरण करा. कारण नाम स्मरणाने दोषांचे हरण होते आणि जीवनांत शांती लाभते. तसेच तुमचा व तुमच्या कुळाचा उद्धार होतो. खालील अभंगात हाच भाव प्रगट झाला आहे.

काळ वेळ नाम उच्चारितां नाहीं ।

दोन्ही पक्ष पाहीं उद्धरती ॥१॥

रामकृष्णनाम सर्व दोषां हरण ।

जडजीवां तारण हरि एक ॥२॥

नाम हरि सार जिव्हा या नामाची ।

उपमा त्या दैवाची कोण वानी ॥३॥

ज्ञानदेवा सांग झाला हरिपाठ ।

पूर्वजां वैकुंठमार्ग सोपा ॥४॥

मनुष्य जीवनात संकटाचे निराकरण व्हावे किंवा इच्छापूर्तीसाठी व्रत, तीर्थयात्रा इत्यादी गोष्टी करतो. व्रत, तीर्थयात्रा, यज्ञ यासाठी

इष्टकाल किंवा मुहूर्त याची आवश्यकता असते. जसे संकष्टी चतुर्थी, कार्तिक व्रत, पौर्णिमा व्रत यांना विशिष्ट तिथींची अनुकुलता लागते. काही मंत्र चंदसूर्य ग्रहण काळातच सिद्ध होतात. यज्ञ करण्यासाठी विशिष्ट मास आणि तिथी याची आवश्यकता असते. दैनंदिन संध्यावंदन सूर्योदयी आणि सूर्यास्तालाच करावी लागते.

तेव्हा देश, काळ, अवस्था याची आवश्यकता कर्म, व्रत, तप, यज्ञ, तीर्थयात्रा यांना लागू पडते. केवळ नाम असे स्वतंत्र साधन आहे की, त्याला देश, काळ, अवस्था यांचे बंधन लागत नाही. श्री एकनाथ महाराज नाम केव्हाही कोणत्याही अवस्थेत घ्यावे, हे आग्रहाने प्रतिपादन करतात.

हरि बोला देतां, हरि बोला घेतां

हांसता खेळता, हरि बोला ॥१॥

हरि बोला गाता, हरि बोला खातां

सर्व कार्य करीता, हरि बोला ॥२॥

हरि बोला एकांती, हरि बोला लोकांती

देहत्यागाअंती, हरि बोला ॥३॥

जो मनुष्य श्री एकनाथांच्या अभंगाप्रमाणे जीवनाच्या सर्व कर्मांत भगवंताचे स्मरण करतो, त्याच्या दोन्ही पक्षाचा म्हणजे मातृपितृ कुळाचा उद्धार होतो. हरि नाम घेऊन कर्म करणाऱ्या साधकाचा इतरांशी आदर्श व्यवहार असतो. जगाशी व्यवहार करतांना साधक ओठाद्वारे सत्य बोलतो. डोळ्याद्वारे सहानुभूती दाखवितो. हातांनी गरजूंना दान देतो. त्याचे हृदय करूणेने भरले असल्यामुळे सर्वांशी व्यवहार आपुलकीने करतो. त्याच्या चेहऱ्यावरचे प्रसन्नतेचे स्मित समोरच्याला आश्वस्त करते.

ज्ञानदेवांनी सर्व काळी आणि सर्व कर्मांमध्ये हरिनाम घेण्याचा

आग्रह कां धरला आहे? कारण ज्ञानदेव द्रष्टे संत आहे. कलियुगात भविष्यात होणारा अनाचार त्यांनी जाणला आहे. ज्ञानेश्वर काळात जन्मभर मातापित्यांची सेवा केल्यानंतर त्यांच्या मृत्यूनंतर नामजपाच्या साह्याने पुत्राने माता-पित्यांना वैकुंठवास मिळण्याच्या आदर्शाचा उल्लेख हरिपाठात केला आहे. परंतु आजच्या समाजात याचे विपरित चित्र दिसते.

मुंबईत वृद्ध पती - पत्नी असहाय्य स्थितीत रहात होते. कारण त्यांची दोन्ही मुले अमेरिकेत नोकरीला होती. अचानक आईचा मृत्यू झाला. उत्तरक्रियेसाठी धाकटा मुलगा आला. वडिलांनी धाकट्या मुलाला विचारले, दादा का आला नाही? त्यावर धाकट्या मुलाने उत्तर दिले, 'दादा मला म्हणाला की, तू आईच्या अंत्यसंस्काराला जा. पुढे वडिलांच्या अंत्यसंस्काराला मी जाईन, तेव्हा तू नको येऊ.' असे उत्तर ऐकल्यावर वडिलांची, मनःस्थिती काय झाली असेल, याचा आपण विचार करू शकतो.

आज स्वार्थासाठी मनुष्य भल्या बुऱ्याची पर्वा करीत नाही. संवेदनक्षम कवीने ही व्यथा सोशल मिडीयात व्यक्त केली आहे.

दुनिया के बड़े बड़े सायंटिस्ट

ये ढूंढ रहे है कि

मंगल ग्रह पर जीवन है या नही,

पर आदमी ये नही ढूंढ रहा कि जीवन

में मंगल है या नही ॥

जीवन मंगलमय व्हावे, पवित्र व्हावे यासाठी संत हरिनाम घेण्याचा आग्रह धरतात. कारण नाम हे दोषांचे हरण करते. यामुळे ज्ञानदेव म्हणतात, 'रामकृष्ण नाम सर्व दोषा हरण'

श्री संत तुकाराम महाराज याच बाबींचे समर्थन करतात,

तुका म्हणे नाम जाळी महादोष

जेथें होय घोष कीर्तनाचा ॥

श्री निळोबाराय म्हणतात,

विठ्ठल नामाचिये गजरें ।

दोष गेलें दिगंतरे ।

दुसऱ्या चरणात ज्ञानदेव म्हणतात,

'जडजीवां तारण हरि एक'

ज्ञानदेवांनी मनुष्याला जडजीवा असे संबोधन कां केले आहे? वास्तविक मनुष्य हा चैतन्यमय प्राणी आहे. द्रष्टुत्व, कर्तृत्व आणि भोक्तृत्व या सर्व गोष्टी चैतन्यमय मनुष्याच्या बाबतीत कसोटीला उतरणाऱ्या आहेत. तेव्हाच जो मनुष्य अज्ञानी आहे, अविवेकी आहे, अशा मनुष्याला जडजीव असे म्हटले आहे. कारण वेदांताचे मत आहे, ज्या जीवाला मोक्ष प्राप्ती नाही, त्याला जडजीव असे म्हणतात. अशा जडजीवांना तारणारा एक हरि आहे.

निवृत्तीनाथ म्हणतात,

जगासी तारक विठ्ठलुचि एक ।

केला हा विवेक सनकादिकी ॥

तिसऱ्या चरणात ज्ञानदेव सांगतात,

नाम हरि सार जिव्हा या नामाची ।

उपमा त्या दैवाची कोण वानी ॥

मनुष्य जिव्हा या ज्ञानेंद्रियाद्वारे दोन कर्में करतो. एक म्हणजे बोलणे आणि दुसरे चवीने खाद्य पदार्थांचा आस्वाद घेणे. परंतु दोन्ही कार्ये पशुसुद्धा करतात. ज्ञानदेवांच्या मतानुसार, ज्याची जिव्हा हरिनाम सतत जपते, तो मनुष्य खरा सुदैवी. आकाशाला उपमा

आकाशाचीच किंवा सागराला उपमा सागराचीच, त्याप्रमाणे नित्य प्रेमाने नाम घेणाऱ्या भक्ताच्या भाग्याला दुसरी उपमा नसते. संत निळोबाराय म्हणतात,

नित्य वदन हरिचे नाम ।

अंतरी प्रेम विसावलें ॥

त्यांचा भाग्या नाहीं सीमा ॥

पुरुषोत्तमा प्रिय झाले ॥

चौथ्या चरणात ज्ञानदेव स्वानुभव सांगतात.

ज्ञानदेवा सांग झाला हरिपाठ ।

पूर्वजा वैकुंठमार्ग सोपा ॥

कोणतेही साधन संपूर्णपणे आचरण केले गेले म्हणजे सांग होणे . तेव्हा हरिपाठ सांग झाला, याचा अर्थ नामस्मरणाच्या श्रेष्ठत्वाविषयी अंतःकरणात संदेह नसणे. त्याचप्रमाणे नामस्मरणाविषयी प्रेम असून ते अखंड होणे. अशा प्रकारचा हरिपाठ ज्ञानदेवांना सांग झाला. आणि अशाप्रकारे जे भक्त हरिपाठ पूर्णत्वाला नेतात, त्यांचे पूर्वज वैकुंठाला जातात. याच अर्थाचा श्री ज्ञानदेवांचा दुसरा अभंग आहे.

रामनामें जप करी ।

तोचि तरे भवसागरीं ॥

पितरासहित निर्धारीं ।

वैकुंठपुरी पावले ॥

शेवाळं आलेल्या पाण्याच्या डबक्याकडे हंसपक्षी ढुंकून पाहत नाही. चंद्राच्या समोर ढगांची अभ्रे आली, तर चकोरपक्षी चोचदेखील वर करीत नाही. त्याचप्रमाणे भाविक साधकाने या

जगतातील मोहमायेच्या भुलाव्याला बळी न पडता ज्ञानदेवांच्या हरिपाठातील सत्य तत्त्वाला धरून जीवनाची वाटचाल करणे इष्ट होय.

ॐ

अभंग बावीसावा

नित्यनेम नामीं ते प्राणी दुर्लभ

२ मे १९७७ या दिवशी प. पू. स्वामी माधवनाथ यांनी मकरंदनाथांना सांप्रदायिक अनुग्रह दिला. स्वामी माधवनाथ हे सांप्रदायिक साधनेसोबत नामसाधना करावी, असे सांगत असत. एकाग्रतेने नाम घेण्यासाठी श्वासावर नामसाधना करावी, असे स्वामी माधवनाथ आग्रहाने प्रतिपादन करीत असत.

गुरुशरण श्री मकरंदनाथांनी 'ॐ रामकृष्ण हरी' मनात म्हणायचे ठरविले. श्वास घेतांना 'ॐ' मनात म्हणायचे. आणि काही क्षण थांबून, श्वास सोडत असताना, रामकृष्ण हरी असा जप मनात करावयाचा. अर्धा पाऊण तास जप एकाच गतीने श्वासावर केला, तर छातीवर नकळत दडपण येत असे, त्यासाठी त्यांनी एक युक्ती केली. सुगारे १०-१५ वेळा श्वासावर नाम घेतले की, पुढील ५-६ श्वास नैसर्गिक रीतीने घ्यायचे मात्र त्यावेळी परमात्मभावाशी संलग्न होऊन राहायचे आणि पुन्हा श्वासावर १०-१५ वेळा नाम घ्यायचे. या पद्धतीने नाम घेतले, तर विनासायास होऊ लागले.

नामसाधना सखोल होण्यासाठी नामाचा अभ्यास ते विविध पद्धतीद्वारे करीत असत. उदाहरणार्थ, शरीरातील षटचक्राचा आधार घेऊन केलेली नामसाधना किंवा प्रेमाने परमात्मस्वरूपाशी संपूर्ण एकरूपतेने नाम घेण्याचा अभ्यास इत्यादी. वैखरी, मध्यमा, पश्यंती

आणि परा या चार वाचा प्रत्येक मानवाला उपलब्ध असतात. नामसाधनेसाठी डोळे मिटून मुखाने (वैखरीने) एकाग्रपूर्वक ॐ रामकृष्ण हरि' हे नाम काही काळ घ्यावे. त्यानंतर नाम झिरपत झिरपत पुढच्या वाणीपर्यंत म्हणजे मध्यमेपर्यंत पोहोचले, अशी धारणा करावी. मुखाने नामाचा उच्चार न करता नाम मध्यमेत म्हणजे कंठापाशी आहे, अशी भावना ठेवून मनाने नामाचा उच्चार करावा. थोड्या वेळाने नाम पश्यंती म्हणजे हृदयापर्यंत झिरपले आहे, या भावनेने नाम घ्यावे. शेवटी नाम हे नाभिस्थानी (परावाणीत) पोहोचले आहे, याची अनुभूती घ्यावी. शांतीचा आणि प्रसन्नतेचा अनुभव घ्यावा. अशा प्रकारे नामसाधना करीत असताना भगवंताचे नाम आपल्या पेशीपेशीत, रक्ताच्या प्रत्येक थेंबात भिनते आहे, याचा मकरंदनाथांना प्रत्यय येत असे.

मकरंदनाथांसारखे नाम घेणारे दुर्लभ असतात. कारण नाम सातत्याने आणि निष्काम भावनेने त्यांनी घेतले. त्यामुळे त्यांना ईश्वर लाभ झाला. श्री ज्ञानदेव सांगतात, जे हरिस्मरण नित्य नियमाने प्रेमपूर्वक करतात, त्यांच्याजवळ लक्ष्मीपती म्हणजे श्रीहरी असतो. खालील अभंगात हाच भाव प्रगट झाला आहे.

नित्यनेम नामीं ते प्राणी दुर्लभ ।

लक्ष्मीवल्लभ तया जवळी ॥१॥

नारायण हरि नारायण हरि ।

भुक्ति मुक्ति चारी घरीं त्यांच्या ॥२॥

हरिवीण जन्म तो नर्कचि पैं जाणा ।

यमाचा पाहुणा प्राणी होय ॥३॥

ज्ञानदेव पुसे निवृत्तीसी चाड ।

गगनाहूनि वाड नाम आहे ॥४॥

ईश्वराचे नाम कोणत्याही रूपात घ्या. राम, कृष्ण, जगदंबा, अल्ला, इत्यादी शेवटी सर्व एकच आहे. फक्त आवश्यक आहे, ते नामस्मरण करणे. गालिब काय म्हणतो हे लक्षात ठेवा.

ऐ चाँद तू किस मजहब का है ।

ईद भी तेरी करवा चौथ भी तेरा ॥

कोणत्या जातीत, पंथात, धर्मात तुमचा जन्म झाला, हे महत्त्वाचे नाही. महत्त्वाचे आहे, तुम्हाला जीवन देणाऱ्या ईश्वराचे तुम्ही स्मरण करता की नाही. **ध्येयाची आस, परिश्रमाची कास आणि नामाचा ध्यास या खुणा ईश्वर प्राप्तीच्या मार्गावरील दगडखुणा आहेत.** आर्त प्रेमाने भगवंताला साद घातली की आसमंतात त्याचे पडसाद उमटतात आणि परमेश्वर या ना त्या रूपात दाद देतो. यालाच म्हणतात 'लक्ष्मीपती तया जवळी. '

काही लोक नामस्मरण करतात, परंतु नामस्मरण करतांना असंख्य विचार येतात, मन एकाग्र राहत नाही. म्हणून नामस्मरण करणे सोडून देतात. त्यांनी सुरुवातीच्या कथेत सांगितल्याप्रमाणे श्वासावर नामस्मरण करावे, तसेच संत तुलसीदासांच्या काव्यपंक्तीतील संदेश लक्षात घ्यावा.

तुलसी मेरे रामको

रीझ भजो या खीज

भौम पडा जामे सभी,

उल्टा सिधा बीज

भूमीत बीज पेरले जाते, तेव्हा हे पाहिले जात नाही की, बीज उलटे पडले की सरळ ! कारण कालांतराने त्याला अंकुर फुटतात. त्याचप्रमाणे नामस्मरण कसेही केले तरी कालांतराने फळ चांगलेच

मिळेल. निष्काम बुद्धीने भगवंताचे अखंड नाम घेणाऱ्या भक्ताजवळ लक्ष्मीपतीचा वास असतो. संत तुकोबा म्हणतात,

वसे तेथे देव । सदा सर्व काळ ।

करिती निर्मळ । नामघोष ॥

पुष्कळ साधक लोकांना मार्गदर्शनासाठी खऱ्या संताला कसे ओळखावे हा प्रश्न पडतो. कारण या साधकांना खऱ्या संताजवळ लक्ष्मीपती आहे, हे चित्रपटातल्या दृश्याप्रमाणे दिसत नाही. परंतु परमभक्तांच्या काही जीवनलक्षणावरून खरे संत ओळखता येतात.

(१) घड्याळ जसे अखंडपणे चालू असते. त्याप्रमाणे खऱ्या संतांचा नामजप सुरू असतो.

(२) सज्जन माणसाला आपली अपकीर्ती होऊ नये म्हणून तो सदैव सावध असतो, त्याचप्रमाणे संताच्या मनात जन्ममृत्यूचे चक्र आपल्यामागे लागू नये म्हणून सावध असतात.

(३) चिखलात फुललेले कमळ जसे चिखलाविषयी उदासीन असते, कारण ते व्यापक गगनाला पाहत असते. त्याचप्रमाणे संत इहलोकीच्या उपभोगांविषयी उदासीन असतात. कारण ते व्यापक परमात्म भावात लीन असतात.

(४) सूर्य आपल्या प्रकाशाने सर्व जगताला आनंद देतो. परंतु सूर्याला त्याचा अभिमान नसतो. त्याचप्रमाणे संत आपल्या कर्माने सर्वांना आनंद देतात, पण आपल्या कर्माचा अभिमान त्यांना राहत नाही.

(५) वायू जसा सहज सर्वत्र फिरतो. त्याचप्रमाणे संत गरीब- श्रीमंत, दुर्बल- बलवान, पापी - पुण्यवान, स्त्री-पुरुष इत्यादी सर्व लोकांशी आपुलकीने व्यवहार करतात.

(६) दैवी गुणसंपदा असलेले संत निःस्वार्थ, त्यागी, मान, कीर्तीची

लालसा नसणारे असतात. त्यांच्या संपर्काने शांती आणि प्रसन्नता लाभते. अशा संताला ईश्वरलाभ झाला आहे, असे समजावे.

दैवी गुणसंपदा असलेल्या संतांना भुक्ति आणि चार प्रकारच्या मुक्ती मिळतात. व्यवहारात सर्व प्रकारच्या भोगास भुक्ति असे म्हणतात. सर्व भोग धनापासून म्हणजे लक्ष्मीपासून प्राप्त होतात. साहजिकच जिथे लक्ष्मीपती आहे, तिथे सर्वच भोग मिळतील. परंतु संत भोगाविषयी उदासीन असतात. गोकुळात भगवान श्रीकृष्णाचा सहवास लाभल्यामुळे गोकुळवासीयांच्या संपन्नतेचे वर्णन संत तुकोबा करतात.

घरोघरीं झाला । लक्ष्मीचा वास ।

दैन्य दारिद्र्यास । त्रास आला ।

भागवतात सुदाम्यासारख्या दुर्दैवी व दरिद्री ब्राह्मणास श्रीकृष्णाच्या दर्शनाने व कृपेने विपुल ऐश्वर्य प्राप्त झाल्याची कथा सर्वांना माहिती आहे. श्री संत एकनाथ महाराज एकनाथी भागवतात भक्ताला चारही मुक्ती सहज प्राप्त होतात, याचे वर्णन एका अभंगात करतात.

भगवंताची नामकीर्ती ।

याची नामें परम भक्ती ।

भक्तीपाशी चारी मुक्ती ।

दासीत्वें वसती नृपनाथा ॥

तिसऱ्या चरणात ज्ञानदेव म्हणतात,

हरिवीण जन्म तो नर्कचि पैं जाणा।

यमाचा पाहुणा प्राणी होय ॥

इतर योनीपेक्षा केवळ मानव जन्मात मुक्ती लाभणे सोपे असते.

याविषयी संत एकनाथ महाराज म्हणतात,

मोले अनर्घ्य रत्नें येती ।

तैसा चिंतामणी नये हातीं ।

तेवीं बहुत योनिये जन्म होती ।

परी मनुष्य देहप्राप्ती दुर्लभ ॥

पृथ्वीतलावर असंख्य रत्नभंडार उपलब्ध असले, तरी सर्व इच्छा तृप्त करणारा चिंतामणी दुर्लभ असतो. त्याप्रमाणे पृथ्वीवर कीटकांपासून प्राण्यापर्यंत असंख्य योनी आहेत. परंतु मानव जन्म मिळणे दुर्लभ आहे. असा मानव जन्म मिळाल्यानंतर हरिप्राप्ती सोडून भोगविलासात आयुष्य खर्च करणे म्हणजे अमृत सोडून कांजी पिण्यासारखे आहे. अमर्याद भोगविलास करणारा अनीतीने वागतो. त्यामुळे मृत्युनंतरही त्याला उत्तम परलोक मिळत नाही. संत तुकाराम महाराज हेच सांगतात,

दुष्ट अभक्त जे निष्ठुर मानसी ।

केली हे तयासी यमपुरी ।

यमदूत त्यांसी करिती यातना ।

नाहीं नारायण भजले जे ॥

शेवटच्या चरणात ज्ञानदेव म्हणतात,

ज्ञानदेव पुसे निवृत्तीसी चाड ।

गगनाहूनि वाड नाम आहे ।

निवृत्तीनाथ नाममाहात्म्याबद्दल श्री ज्ञानदेवांना सांगतात की, नाम हे आकाशापेक्षाही व्यापक आहे. याचा अर्थ जसा आकाशाचा अंत लागत नाही, तसा नाममाहात्म्याचा अंत कळत नाही. नाम आणि नामी (ईश्वर वा ब्रह्मा) यात अभेद आहे. संत एकनाथ महाराज

म्हणतात,

नाम ब्रह्म नाम ब्रह्म ।

येणे पुरती सकळ काम ।

संसाराचा श्रम ।

काही उरों नेदी रे ॥

संसाराचे कष्ट जाणवायचे नसतील, संसार आनंदाचा व्हायचा असेल, तर मनःपूर्वक भगवंताचे नाम घेऊ या.

ॐ

अभंग तेवीसावा

सात पांच तीन दशकांचा मेळा

'प्रॅक्टीस ऑफ दी प्रेझेन्स ऑफ दी गॉड' या लोकप्रिय प्रसिद्ध पुस्तकाचे लेखक ब्रदर लॉरेन्स यांची जीवन बदलणारी कथा प्रेरणादायी आहे.

ब्रदर लॉरेन्स यांचा जीवनकाळ इ.स. १६११ ते १६९९ पर्यंतचा आहे. गरीब आईबापाच्या पोटी त्यांचा जन्म झाला. लहानपण गरिबीतच गेले. त्यांनी वयाच्या अठराव्या वर्षी एकांतमय जागेत एक निष्पर्ण झाड पाहिले आणि त्यांच्या जीवनात महान परिवर्तन झाले. कारण काही काळाने हेच झाड पाने व फळांनी बहरलेले त्यांनी पाहिले. त्यांनी विचार केला, या एकांतमय जागी असलेल्या झाडाला कुणी माळ्याने खत, पाणी न देता हे झाड पाने, फळांनी बहरले; ही केवळ परमेश्वराची कृपा होय. तेव्हा या करुणाकर परमेश्वराचा शोध घेतला पाहिजे. काही वर्षे त्यांनी सैन्यात नोकरी केली. त्यानंतर कार्मेलाईट आश्रमात आचाऱ्याची नोकरी केली. स्वयंपाक करण्याच्या कामातही ते भगवंताचे सतत अनुसंधान ठेवत असत. काही काळाने ते महान संत म्हणून प्रसिद्धीस पावले. ते चर्चच्या अधिकाऱ्यांना उपदेश देताना म्हणत असत, 'माझ्याकरिता

कर्तव्यकर्म आणि प्रार्थनेची वेळ भिन्न नाही. ज्यावेळी स्वयंपाकघरात इतरांची गडबड चालू असते, आणि मी माझे काम करीत असतो, त्यावेळी मी ईश्वराचे नामस्मरण अतिशय शांतपणे करीत असतो.'

संत ब्रदर लॉरेन्स यांनी केवळ एका निष्पर्ण वठलेल्या झाडाचे काही काळाने बहरलेल्या झाडात रूपांतर झालेले पाहून, तत्त्वविचार केला आणि परमात्म्याचे कार्य पाहून भक्तीने परमात्म्याचा शोध घेतला.

त्याचप्रमाणे श्री ज्ञानदेव सांगतात, तत्त्ववेत्त्यांनी, ऋषी-मुनींनी सर्वत्र दिसणाऱ्या सृष्टीची, विश्वाची मूलतत्त्वे शोधली. नंतर ही मूलतत्त्वे कोणी निर्माण केली, याचा शोध घेतला. या शोधाची परिणती एकमात्र परमेश्वर आहे आणि त्या परमेश्वराच्या सामर्थ्याने, प्रेरणेने या अनंत विश्वाचे नियोजन होते. या परमेश्वराचा शोध मानवाने घेतला पाहिजे, हा भाव या अभंगात प्रगट झाला आहे.

सात पांच तीन दशकांचा मेळा ।

एकतत्त्वीं कळा दावी हरी ॥१॥

तैसें नव्हे नाम सर्व मार्गा वरिष्ठ ।

येथें कांहीं कष्ट न लगती ॥२॥

अजपा जपणें उलट प्राणाचा ।

तेथेंही मनाचा निर्धारू असे ॥३॥

ज्ञानदेवा जिणें नामेंवीण व्यर्थ ।

रामकृष्णीं पंथ क्रमीयेला ॥४॥

तत्त्ववेत्त्यांनी ७ + ५ + ३ + १० = २५ तत्त्वांनी विश्व बनले आहे, असे सांगितले. आता ही २५ तत्त्वे कोणती आहे, याचा विचार करू या.

सात तत्त्वे : पंचप्राण, मन आणि बुद्धी

पाच तत्त्वे : पृथ्वी, आप, तेज, वायू आणि आकाश ही पंचमहाभूते आहे.

तीन तत्त्वे : सत्व, रज, तम हे तीन गुण आहे.

दशक : यात पाच ज्ञानेंद्रिये आणि पाच कर्मेंद्रिये येतात.

पाच ज्ञानेंद्रिये : डोळे, नाक, कान, त्वचा आणि जीभ (रसस्वाद घेणे)
पाच कर्मेंद्रिये : हात, पाय, गुदा, शिश्न व जीभ (बोलणे क्रिया)

सर्व विश्व या पंचवीस तत्त्वांनी बनले आहे आणि याच तत्त्वांचा समूह मानवी देहात आहे. म्हणून पिण्डी ते ब्रह्मांडी असे समजले जाते.

सर्व मूलतत्त्वे कशापासून निर्माण झालीत? वेदामध्ये या आदिकारणास ब्रह्म असे म्हटले आहे.

पंचवीस तत्त्वे कार्यरूप असल्यामुळे ते मिथ्या आहेत, असे वेदांतशास्त्राचे सांगणे आहे. हरि केवळ सत्य या अधिष्ठानावर ही सर्व तत्त्वे अवलंबून आहेत. तुकाराम महाराज म्हणतात,

तुका म्हणे एक विठ्ठल खरा ।

येर तो पसारा वाउगाची ॥

सृष्टीचा कर्ता, धर्ता, सर्वज्ञ, सर्वसमर्थ ईश्वर आहे. त्याला सर्वांनी जाणले पाहिजे. कारण तो आनंदकंद आहे. भक्त यालाच श्रीहरी म्हणतात. या ईश्वराशी एकरूप होण्यासाठी हरिपाठाची निर्मिती झाली आहे. हेच दुसऱ्या चरणात श्री ज्ञानदेव सांगतात,

तैसे नव्हे नाम सर्व मार्गा वरिष्ठ ।

येथें कांही कष्ट न लगती ।

श्रीहरिच्या नामात सर्व तत्त्वांचा अंतर्भाव होतो. जसे एखाद्या स्त्रीला सौभाग्यवती म्हटले की, ती कुणाची पत्नी असते. मुला-

मुलींची आई असते. सासू-सासच्यांची सून असते. दिराची वहिनी असते. तर पुतण्याची काकू असते. त्याचप्रमाणे नामस्मरणात सर्व तत्त्वांचा अंतर्भाव असतो आणि नामस्मरणासाठी शारीरिक, आर्थिक काही कष्ट लागत नाही. यामुळे ज्ञानदेव दुसऱ्या चरणात म्हणतात, 'येथे काही कष्ट न लगती'

तिसऱ्या चरणात ज्ञानदेव म्हणतात,

'अजपा जपणे उलट प्राणाचा, तेथेही मनाचा निर्धारु असे'
अजपाजप म्हणजे श्वासावर होणारा सोहं जप होय. श्री रामदास स्वामी अजपाजपाचे वर्णन करतात,

येकांती मौन धरून बसे ।

सावध पाहतां कैसे भासे ।

सोहं सोहं ऐसे ।

शब्द होती ॥

एकांतात मौन धरून बसून राहावे. मौन याचा अर्थ काही न बोलता बसावे, असा नसून वाणीच्या मौनाबरोबर मनातील विचार शून्य असावेत, हा अर्थ अभिप्रेत आहे. या स्थितीत सावध असले की, श्वास घेताना 'सो' आणि श्वास सोडताना 'हं' असा नाद जाणवतो. सर्वसाधारण परिस्थितीत गाणसाचे २१६०० असे सोहमचे श्वासप्रश्वास होतात. मन श्वासावर केंद्रित केले, तर माणसाचा 'सोहं' जप २१६०० दररोज होतो. माणसाची श्वास प्रश्वास ही अखंड चालणारी प्रक्रिया असल्यामुळे अगणित जप सहज होऊ शकतो.

श्रीरामदास स्वामी म्हणतात,

एकवीस सहस्र साहशें जपा ।

नेमून गेली ते अजपा ।

दर दिवशी २१६०० जप माणसाचा केव्हा होईल, जेव्हा माणसाचे दिवसभर श्वासावर सतत अवधान ठेवणे शक्य होईल. श्री ज्ञानदेव सांगतात, शरीर, मन व प्राणक्रिया यांच्यावर ज्याचे नियंत्रण आहे आणि अजपाजप करण्याचा निश्चय आहे, असा योगी अजपाजप करू शकतो. अजपाजप करण्याने शेवटी केवल कुंभक साध्य होऊन, शरीरात प्राणाचा उलट संचार होतो. म्हणजे प्राण उर्ध्वमुख होऊन कुंडलिनी जागृत करतो. कुंडलिनी जागृत झाल्यानंतर ब्रह्म साक्षात्कार होतो. मात्र हा मार्ग दुर्घट आहे. तेव्हा सर्वसामान्य मनुष्याने नामस्मरणाचा सोपा मार्ग धरावा. मात्र एक गोष्ट लक्षात ठेवली पाहिजे. औषध घेतले, पथ्य पाळले तरी रोग निर्मुलनाला वेळ लागतोच. उत्तम जमिनीत बीज पेरले, पाणी, खत वेळोवेळी दिले तरी अमाप पीक यायला काही काळ जाऊ द्यावा लागतो. तसेच नामस्मरण केले, उत्तम कर्म केले, नैतिक आचरण शुद्ध ठेवले तरी भगवंतकृपेसाठी काही काळ लागतोच. इतकेच नव्हे तर संपूर्ण जीवन नामाशिवाय व्यर्थ वाटले पाहिजे. आणि या बाबतीत ज्ञानेश्वरांचा आदर्श ठेवावा. श्री ज्ञानदेव चौथ्या चरणात म्हणतात,

मानवी जीवनाची इतिकर्तव्यता ईश्वर लाभ होण्यात आहे. त्यामुळे ज्ञानदेवांना नामाशिवाय जीवन अळणी वाटते. त्यामुळे रामकृष्ण नामाचा पंथ श्रेष्ठ समजून जीवनाची वाटचाल त्यांनी त्या दिशेने केली.

कवी दिलीप अंबिकेसुद्धा रामकृष्ण नाम श्रेष्ठ किंवा सत्य आहे हे सांगतात.

रामापरते सत्य रे ।

नाही जगात दुसरे ।

बाकी सारे असत्य रे ।

मोह व मायाजाल रे ॥ |१६९|

तेव्हा सांसारिक मोहमाया याचा त्याग करून नामस्मरण करू या.

ॐ

अभंग चोवीसावा

जपतप कर्म क्रिया नेम धर्म

पैठणचे संत एकनाथ यांना एक सज्जन रात्री भेटण्यासाठी आला आणि एकनाथांना नमस्कार करून म्हणाला, "महाराज मी तुमच्याजवळ आजीवन राहणार आहे. आत्मकल्याणासाठी तुम्ही मला विविध साधना शिकविण्याची कृपा करा. "

संत एकनाथांनी त्याला प्रश्न केला की, "तुम्ही ब्रह्मचारी आहात की विवाहित आहात?" त्यावर ती व्यक्ती उत्तरली, "महाराज माझा विवाह झाला आहे आणि एक मुलगासुद्धा आहे. त्यांचा त्याग करून आत्मकल्याण व्हावे म्हणून मी तुमच्याकडे आलो आहे. '

साहजिकच संत एकनाथांनी विचारले, "तुम्ही इकडे येण्यासाठी तुमच्या धर्मपत्नीची परवानगी घेतली काय?"

इकडे तिकडे पाहत ती व्यक्ती म्हणाली, "पत्नी मला परवानगी देणार नाही, या विचाराने, रात्री पत्नी आणि मुलगा झोपले असताना मी त्यांचा त्याग करून आपल्या आश्रयाला आलो. "

संत एकनाथ समजावण्याच्या सुरात म्हणाले, "वेड्या, ज्या ईश्वराची प्राप्ती करण्याच्या इच्छेने तू इथे आला, तो ईश्वर प्रत्येक घराघरातच सर्वव्यापी आहे. एक लक्षात ठेव, आत्मीय परिजनांचा त्याग करून काहीही साध्य होत नाही. त्याग मनातील अनिष्ट

विकारांचा करावयाचा असतो. त्यासाठी जप, तप, कर्म करावे लागते आणि मन शुद्ध झाले की, ईश्वर आपोआप प्रसन्न होतो." संत एकनाथांच्या उपदेशाचे पालन करण्याचे ठरवून ती व्यक्ती आपल्या घरी गेली.

संत ज्ञानदेव सांगतात, सर्व घटी (देहामध्ये) ईश्वर व्याप्त आहे, अशा शुद्ध भावनेची प्रचिती येणे हेच जप, तप, कर्माचे इष्ट फळ आहे. पुढील अभंगात हाच भाव प्रगट झाला आहे.

जपतप कर्म क्रिया नेम धर्म ।

सर्वांघटीं राम भावशुद्ध ॥१॥

न सोडी रे भावो टाकीरे संदेहो ।

रामकृष्णीं टाहो नित्य फोडी ॥२॥

जात वित्त गोत कुळशीळ मात ।

भजे कां त्वरित भावनायुक्त ॥३॥

ज्ञानदेवा ध्यानीं रामकृष्ण मनीं ।

वैकुंठभुवनीं घर केलें ॥४॥

ज्ञानदेव महाराज म्हणतात, जप, तप किंवा कोणतेही कर्म निस्वार्थ भावनेने केले, तर त्याचे फळ सर्वांघटी (सर्व देहामध्ये) ईश्वर असल्याचा अनुभव येतो. यासाठी सुरुवातीला मनुष्याने, विचाराने सर्व प्राणिमात्रात ईश्वर आहे, असे समजले पाहिजे. यामुळे दुसऱ्यावर अन्याय करण्याची प्रवृत्ती नष्ट होते आणि त्याचा परिणाम जगात मांगल्य निर्माण होण्यात होतो. परंतु सर्वसाधारणपणे हेच दिसते की, मनुष्य स्वार्थवश काही तरी इच्छा मनात ठेवून ईश्वरभक्ती करतो. परिणामी इष्ट फळ प्राप्त होत नाही. यासंबंधी एक लहानशी कथा आहे.

दोन स्वार्थी भक्तांत एका क्षुल्लक कारणावरून भांडण होते. एक

भक्त ठरवितो, तप करून ईश्वराकडून वरदान घ्यावे आणि दुसऱ्याची खोड मोडावी. पहिला भक्त तपश्चर्येला गेलेला पाहून, दुसराही भक्त तप करण्यास जंगलात जातो. काही वर्षांनी ईश्वर पहिल्या भक्तावर प्रसन्न होतात. भगवंत त्याला सांगतात, "तू कोणतेही वरदान मागितले तर त्याच्या दुप्पट वरदान दुसऱ्या भक्ताला मिळते. कारण तो अतिशय उग्र तप करून राहिला आहे." सूड भावनेने क्षुब्ध झालेला पहिला भक्त वरदान मागतो, "देवा माझा एक डोळा आंधळा कर..." पर्यायाने दुसरा भक्त दोन्ही डोळ्यांनी आंधळा होईल.

कथेचे तात्पर्य आहे की द्वेष, मत्सर, असूया वा स्वार्थ ठेवून भक्ती केली तर त्याचे चांगले फळ मिळत नाही.

सर्वाभूती ईश्वर आहे, हे लक्षात ठेवून भक्ताने या जगतात प्रेमाने वागावे. तुकाराम महाराज याविषयी म्हणतात,

विष्णुमय जग वैष्णवांचा धर्म ।

भेदाभेद भ्रम अमंगळ ॥ १ ॥

आईकाजी तुम्ही भक्त भागवत ।

कराल ते हित सत्य करा ॥ २ ॥

कोणत्याही भूताचा न घडो मत्सर ।

वर्म सर्वेश्वर पूजनाचें ॥ ३ ॥

सर्व भूतमात्रात ईश्वर पाहिल्याने सतत ईश्वराचे चिंतन होते आणि ईश्वराची प्राप्ती होते. ज्ञानेश्वर महाराज हेच सत्य सांगतात,

जें जें भेटे भूत ।

तें तें मानिजे भगवंत ।

हा भक्तियोग निश्चित । जाण माझा ॥

संत महात्म्यांनी सर्व जीवात ईश्वराचा अंश आहे, असे वारंवार सांगितले. तरी मनुष्य नेहमी संशयातच राहतो. याला कारण त्याचे ईश्वरविषयक अज्ञान ! म्हणून लक्षात ठेवले पाहिजे की, लोखंडासारख्या कठीण धातूचा नाश त्याला लागलेल्या जंगाने होतो. तसेच मनुष्याच्या उज्ज्वल भवितव्याचा नाश विनाकारण संशयाने होतो. यासाठी ज्ञानेश्वर महाराज सांगतात, संशय न धरता संत वचनावर विश्वास ठेवा.

लहान बालक जन्म घेते तेव्हा श्वास सुरू असतो, परंतु त्याला नाव नसते आणि मनुष्य वृद्धपणी मरतो तेव्हा नाव असते. परंतु श्वास नसतो. पहिल्या श्वासापासून शेवटच्या श्वासापर्यंतच्या कालप्रवाहाला जीवन असे म्हणतात. संसारात जीवन जगताना लहान बालक आई वडिलांवर विश्वास ठेवून जगते. पुढे शालेय शिक्षणासाठी गुरुजनांवर विश्वास ठेवते. विश्वास ठेवल्याशिवाय संसारात जगता येत नाही. परमार्थावर विश्वास ठेवल्याशिवाय परमार्थ कसा साध्य करता येईल ? यासाठी ज्ञानेश्वर महाराज म्हणतात,

'न सोडी रे भावो टाकीरे संदेहो । '

'न सोडी रे भावो' याचा अर्थ 'सर्वघटी राम' हा शुद्ध भाव ठेवणे. प्रत्येक मनुष्य मी इतरांपासून वेगळा आहे असा जीवभाव धरतो. या द्वैत भावामुळे संसारात दुःख कष्ट दिसून येतात. तेव्हा सर्व संदेह (संशय) सोडून रामकृष्णाचे स्मरण करावे. पुष्कळ लोक संसारातील कटकटी आणि संकटे यांनी त्रासून गेलेले असतात. त्यांना संसार सोडवत नाही. कारण 'धरले तर चावते अन् सुटले तर पळते' अशी त्यांची अवस्था असते. त्यात पुन्हा परमार्थ कशाला करावयाचा असा त्यांना संदेह असतो. अशा लोकांनी पूज्य आगाशे काकांचे उद्गार लक्षात ठेवावे.

'जात्याचा खालचा दगड स्थिर असतो. वरचा दगड फिरतो

म्हणून दळण दळले जाते. तसा परमार्थाचा पाया स्थिर हवा. मग प्रपंचाचा दगड प्रारब्धगतीने फिरत राहिला तर संकटे, काळजी यांचे पीठ होते.'

आणि परमार्थाचा पाया कसा स्थिर होईल ? 'रामकृष्ण टाहो नित्य फोड़ी' या प्रमाणे आर्त भावाने रामकृष्णाचे मोठ्याने स्मरण केल्याने परमार्थाचा पाया स्थिर होईल. तुकाराम महाराज पांडुरंगाच्या दर्शनासाठी आर्ततेने पांडुरंगाची विनवणी करतात.

भुकेलिया बाळ अति शोक करी ।

वाट पाहे परि माउलीची ॥ १ ॥

तुका म्हणे मज लागलीसे भूक ।

धावुनी श्रीमुख दावी वेगी ॥ २ ॥

तिसऱ्या चरणात ज्ञानदेव म्हणतात,

'जात वित्त गोत कुळशीळ मात, भजे कां त्वरित भावनायुक्त'

या जगताच्या व्यवहारात मनुष्याचा जन्म कोणत्या कुळात झाला, त्याची जात उच्च आहे की, निच्च आहे. त्याची विद्या व धनसंपदा यावरून त्याचे महत्त्व ठरत असते.

परमार्थात हे सर्व मापदंड कूचकामाचे असतात. ज्याची भक्ती श्रेष्ठ, तो केवळ श्रेष्ठ ठरतो. एकनाथ महाराज, वर्ण अभिमान, हरिभक्तीत कुचकामी आहे, हे खडसावून सांगतात,

वर्ण अभिमानें कोण झाले पावन ।

ऐसे द्या सांगून मजपाशी ।

अत्यंजादि योनी तरल्या हरिभजनें ।

तयांची पुराणे भाट झाली ॥

अशुद्ध पाण्याचा ओहोळ गंगेला मिळताच गंगा होतो. मातीला कस्तुरीचा स्पर्श होताच, मातीला सुवास येतो. त्याप्रमाणे जात, कुळशील आणि वित्त यांनी संपन्न नसलेला मानव हरिभक्तीने परमेश्वराजवळ जाताच तो परमात्मा समान पावन होतो.

यासाठी ज्ञानेश्वर सांगतात, ध्यानीमनी रामकृष्ण पाहिजे. पुष्कळ लोक दिवसातून १ ते २ तास ध्यान करतात. परंतु नंतर जीवनव्यवहारात इतके गुंतले जातात की, ईश्वर हा विषय ते विसरून जातात. काहींच्या मनी ईश्वर हा विषय असला तरी ध्यान करण्यासाठी त्यांना वृत्तीचा निरोध करणे जमत नाही.

ज्ञानदेव म्हणतात, त्यांच्या ध्यानी मनी रामकृष्ण असल्यामुळे त्यांचे घर वैकुंठ भुवनी आहे. याचा अर्थ ज्ञानदेवांचे हृदय (घर) हेच भगवान विष्णूचे नित्य निवासस्थान झाले आहे. त्यामुळे ते सदैव आनंदाने पूर्णकाम झाले आहे.

आपल्या ध्यानी मनी रामकृष्ण राहण्यासाठी आपण रामकृष्णाचे मंगल नाम सदैव घेऊ या.

ॐ

अभंग पंचवीसावा

जाणीव नेणीव भगवंतीं नाहीं

गोदावरी नदीच्या काठावर गंगाखेड नावाचे एक छोटे गाव! या गावात कष्टकरी आयुष्य जगणाऱ्या दमा नावाच्या माणसाशी करूड नावाच्या स्त्रीचा विवाह झाला. दमा आणि करूड यांच्या पोटी जनाबाईंचा जन्म झाला. जनाबाईचे मातृछत्र बाळपणीच हरविले. तेव्हा दमाने आपल्या मुलीला ५ वर्षाच्या जनाबाईला पंढरपूरच्या संपन्न व्यक्तीच्या म्हणजे दामा शेट्टीच्या हवाली केलं. श्री दामाशेट्टीना काही वर्षांनी एक मूल झालं. त्याचे नाव नामदेव असे ठेवले होते.

त्याकाळच्या पद्धतीप्रमाणे अनाथ जनाबाईचे शिक्षण झाले नाही. लहानपणापासून जनाबाई घरकामे जशी फुले वेचणे, हार करणे, सडा घालणे, रांगोळी घालणे इत्यादी करीत असे. मोठी झाल्यावर दळणकांडण, कपडे शिवणकाम व इतर घरातली कष्टदायक कामे विठोबाच्या नामस्मरणात आनंदाने करीत असे. जीवनातील कष्टाबद्दल जनाबाईने कधी तक्रारीचा सूर काढला नाही. उलट संत नामदेवाच्या घरी राहिल्यामुळे विठ्ठलाविषयी तिचे प्रेम चढत्या श्रेणीत वाढू लागले. एका अभंगात जनाबाई म्हणते,

'संता घरची दासी मी अंकिली ।

विठोबाने दिली प्रेमकळा ॥'

जनाबाई शिकलेली नव्हती तरी संत नामदेवांच्या सहवासात

अनेक आध्यात्मिक सुसंस्काराने तिचे जीवन उजळून गेले. संत नामदेवाबद्दल कृतज्ञता व्यक्त करताना एका अभंगात जनाबाईने आपले मनोगत व्यक्त केले आहे.

जाणीव म्हणजे ज्ञानी पंडित असलेल्या त्याकाळच्या लोकांप्रमाणे जनाबाई शिक्षित ज्ञानसंपन्न नव्हती. नेणीव म्हणजे न जाणणाऱ्या अशिक्षित लोकांप्रमाणे जनाबाईचे व्यक्तित्व होते. तरी अशिक्षित जनाबाईने संत नामदेव, ज्ञानदेव यांच्या सहवासाने आपली आध्यात्मिक उन्नती उच्च पातळीवर नेली हे एक आश्चर्य आहे. याचे खरे कारण भगवंत आपल्या भक्ताबाबत तो ज्ञानी पंडित आहे की अज्ञानी आहे याचा विचार करीत नाही. भगवंत जो भक्त भावपूर्वक नामाने त्याचे अनुसंधान ठेवतो, त्या भक्तावर कृपा करतो.

संत ज्ञानदेवसुद्धा भगवंत जाणता किंवा नेणता भक्त असा भेद न करता त्याचे नामस्मरण जो करतो त्याला मोक्ष देतो असे सांगतात. खालील अभंगात हाच भाव प्रगट झाला आहे.

जाणीव नेणीव भगवंतीं नाहीं ।

उच्चारणीं पाहीं मोक्ष सदां ॥१॥

नारायण हरि उच्चार नामाचा ।

तेथें कळिकाळाचा रीघ नाहीं ॥२॥

तेथील प्रमाण नेणवे वेदांसी ।

तें जीवजंतूंसी केंवी कळे ॥३॥

ज्ञानदेवा फळ नारायणपाठ ।

सर्वत्र वैकुंठ केलें असें ॥४॥

पहिल्या चरणात 'भगवंत' हा शब्द, ज्ञानदेवांनी ईश्वर, देव या सारखे समानअर्थी शब्द न निवडता, याच शब्दाची योजना का केली आहे? यासाठी आपणाला काही संदर्भाचा विचार करावा लागेल. विष्णू पुराणात भगवंत शब्दाची व्याख्या केली आहे.

उत्पत्ती विनाशांच भूतानामयति गतिम् ।

वेत्ती विद्यामविद्यांच स वाच्यों भगवानिती ॥

सकल प्राणिमात्रांची उत्पत्ती, विनाश, गति व अगति, विद्या व अविद्या या सर्वाला जो जाणतो त्याला भगवान असे म्हणतात.

ज्ञानेश्वरीच्या सहाव्या अध्यायात श्री ज्ञानेश्वरांनी भगवंताची वैशिष्ट्ये सांगितली आहेत.

ऐका यश श्री औदार्य । ज्ञान वैराग्य ऐश्वर्य ।

हे साही गुणवर्य । वसती जेथ ॥

भगवंताची व्याख्या आणि वैशिष्ट्ये यावरून भगवंताचे श्रेष्ठत्व आणि विश्वावरील प्रभुत्व लक्षात येते. समर्थ व स्वतंत्र भगवंत कृपा करतांना भक्त जाणता (ज्ञानी) कि नेणता (अज्ञानी) आहे याचा विचार करीत नाही. ज्ञानी भक्त सनकादिकमुनी नारद, यांच्यावर भगवंत जशी कृपा करतो तशी शबरी सारख्या निरक्षर नेणत्या भक्तांवर सुद्धा कृपा करतो. मनोभावे हरी उच्चारण करणाऱ्याला तो मोक्ष देतो. मोक्ष म्हणजे काय याचा आता विचार करू. मोक्ष किंवा मुक्ती याची व्याख्या खालीलप्रमाणे आहे.

सकळ वासनेंची शांती । या नांव मुख्य मुक्ती ॥

सतत हरिउच्चारण करणाऱ्यांना इतर वासना उरतच नाही. तेव्हा त्यांना मोक्ष साहजिकच प्राप्त होतो.

मनुष्याला पुराण किंवा इतर धार्मिक ग्रंथाद्वारे मोक्ष मिळणे फार अवघड असते असे सांगितले जाते. त्यामुळे वर्तमान काळातील लोक

नामस्मरण करण्याचे टाळतात. अशा लोकांनी हरिवंशराय बच्चन यांची कविता लक्षात घ्यावी.

मंजील मिले ना मिले

ये तो मुक़द्दर की बात है।

हम कोशिश भी ना करे

ये तो गलत बात है ।

तेव्हा मोक्ष या जन्मी किंवा पुढील जन्मी मिळेल याचा विचार न करता हरीचे नामस्मरण सतत करावे.

दुसऱ्या व तिसऱ्या चरणात ज्ञानदेव म्हणतात,

नारायण हरि उच्चार नामाचा ।

तेथें कळिकाळाचा रिघ नाहीं ॥

तेथील प्रमाण नेणवे वेदांसी ।

तें जीवजंतूंसी केंवी कळे ॥

काळाचा प्रभाव माणसावर अटळपणे होतो. पुराणात चार काळाचे वर्णन केले आहे.

(१) कृतयुग (२) त्रेतायुग (३) द्वापारयुग (४) कळीयुग

इतर सर्व युगापेक्षा कळीयुगात पापाचे प्राबल्य जास्त आहे. कारण 'तम' गुणांमुळे खोटेपणा, आळस, लबाडी, क्रौर्य यांची चलती असते. श्री तुकोबांचे बंधू कान्होबा कळीयुगाचे वर्णन एका अभंगात करतात.

पहाहों कळीचें महीमान । असत्यासी रिझलें मन ।

पापा देती अनुमोदन । करिती हेळण संताचे ॥

अधर्माचे साम्राज्य कळीयुगात असले तरीपण कळीयुगाचे एक मोठे वैशिष्ट्य आहे आणि हे वैशिष्ट्य म्हणजे भगवंत नाम संकीर्तनाने जडजीवांचा उद्धार होतो. इतर युगात (कृत, त्रेता, द्वापार) शम, दम,

ध्यान, यज्ञ इत्यादिंनी जे साधत नाही ते हरिप्राप्तीचे साधन कलीयुगात नामसंकीर्तन होय.

संत तुकाराम महाराज म्हणतात,

अवघ्या वाटा झाल्या क्षीण ।

कली न घडे साधन ।

उचित विधी विधान ।

न कळे न घडे सर्वथा ।

सकळांसी येथें आहे अधिकार ।

कलियुगीं उद्धार हरिनामें ॥

भगवंताचे स्वरूप आणि नामाचे महात्म्य वेदांनाही पूर्णपणे कळाले नाही. ते जीवजंतूंना म्हणजे भ्रष्ट, स्वार्थी जीवांना कळणे शक्य नाही. नामाचे महात्म्य काळाच्या पलिकडे आहे. म्हणून ते नित्य आहे. आणि मनाच्या अतीत असल्यामुळे अचिंत्य आहे. तेव्हा संताच्या उपदेशावर विश्वास ठेवून नाम घ्यावे आणि स्वतःचे कल्याण करावे.

शेवटच्या चरणात ज्ञानदेव म्हणतात-

ज्ञानदेवा फळ नारायणपाठ ।

सर्वत्र वैकुंठ केले असें ॥

ज्ञानदेवांचे एक वैशिष्ट्य आहे. हरिपाठ म्हणजे नामस्मरण का करावे हे विविध प्रमाण, शास्त्रवचने याद्वारे ते प्रत्येक अभंगात सांगतात आणि शेवटच्या चरणात आपला स्वानुभव सांगतात.

सर्वसामान्य जन नामस्मरण हे ईश्वर प्राप्तीचे साधन समजतात. परंतु ज्ञानदेव म्हणतात की हरिपाठ हे साधन नसून त्यांना साध्य (फळ) आहे. याचप्रकारची भावना संत तुकोबा आपल्या एका

अभंगात व्यक्त करतात.

बीज आणि फळ हरिचें नाम । सकळ पुण्य सकळ धर्म ।

सकळ कळांचे हें वर्म । निवारी श्रम सकळही ॥

पृथ्वी लोकांत मनुष्याला पाप व पुण्याचे फळ भोगावे लागते. स्वर्ग लोकात केवळ पुण्याचे फळ भोगायला मिळते. त्यामुळे स्वर्गातील आनंद त्या व्यक्तीला होतो. परंतु हरिपाठामुळे ज्ञानदेवांना अनिर्वचनीय आनंद प्राप्त झाला.

तसेच हा आनंद पृथ्वीलोकात अनुभवला. जणुकाय वैकुंठाची प्राप्ती पृथ्वीलोकात ज्ञानदेवांना झाली.

तसेच वैकुंठ याचा दुसराही अर्थ घेता येतो. वैकुंठ म्हणजे भगवंत सर्वत्र दिसणे. त्यामुळे ज्ञानदेव 'हरि दिसे जनी वनी आत्मतत्त्वी' असे म्हणतात.

सर्वत्र भगवंत पाहण्याची दृष्टी प्राप्त झाली की होणारा आनंद अवर्णनीय असतो. समर्थांना राम दर्शनानंतर हाच अनुभव आला होता. त्यांना जगात श्रीरामाशिवाय दुसरे काही दिसत नव्हते. एका काव्यात समर्थांनी आपला अनुभव सांगितला आहे. -

श्रीराम आनंदघन । पाहता निवती लोचन ।

सुखाचे अमित संतर्पण । क्षणोक्षणी होतसे ॥

जगाचे जे जीवन । सर्व सौख्याचे निधान ।

सर्व जीवांचे उगमस्थान । तो हा राम पाहिला ॥

श्री ज्ञानदेव व समर्थांची अनुभूती आपल्यालाही यावी म्हणून आपण मनोभावे हरिस्मरण करू या.

ॐ

अभंग सव्वीसावा

एकतत्त्व नाम दृढ धरीं मना

बेळगावचे वकील श्री मोरोपंत मराठे हे हुशार आणि बोलण्यात चतुर असल्यामुळे त्यांची वकिली उत्तम चालत असे. भरपूर पैसा मिळू लागल्यामुळे त्यांना अहंकाराची बाधा झाली. देवधर्मावरचा त्यांचा विश्वास उडाला. सुखाचे दिवस पावसाच्या दिवसासारखे सतत नसतात, याचा प्रत्यय त्यांना लवकरच आला. एकदा ते विषमज्वराने भयंकर आजारी पडले. जगतात की मरतात, अशी त्यांची अवस्था झाली. शेवटी त्यांच्या सात्त्विक व धर्मपरायण पत्नीने महाराजांना नवस कबूल केला. २५ दिवसांनी ताप उतरल्यावर दोघे पतीपत्नी गोंदवलेकर महाराजांना भेटण्यासाठी गेले. महाराज म्हणाले "रामाच्या कृपेने तुमचा ताप बरा झाला." त्यावर मोरोपंत म्हणाले "कुणी राम पाहिला आहे?"

गोंदवलेकर महाराज म्हणाले "तुम्ही हिमालयाचे गौरीशंकर शिखर पाहिले नाही. माणसाचा मेंदू पाहिला नाही. तरी या दोन्ही गोष्टीवर तुमचा विश्वास आहे की नाही?"

मोरोपंत म्हणाले "निश्चितच माझा या दोनही गोष्टी अस्तित्वात आहे यावर विश्वास आहे. कारण गौरीशंकर शिखर गिर्यारोहकांनी पाहिले आहे आणि डॉक्टर सर्जन लोकांनी माणसाचा मेंदू ऑपरेशन करताना बघितला आहे."

त्यावर त्वरित महाराजांनी प्रत्युत्तर दिले, "संतांनी देव पाहिला आहे. तेव्हा तुमचा यावर विश्वास कां नाही ?"

महाराजांच्या बिनतोड युक्तीवादासमोर मोरोपंत निरूत्तर झाले. पुढे गोंदवले येथे चार दिवस मोरोपंत राहिले. श्री महाराजांपासून त्यांनी रामनामाचा अनुग्रह घेतला. आपले आत्मकल्याण व्हावे म्हणून रामनामाचा वसा आयुष्यभर पाळण्याचे त्यांनी ठरविले.

श्री ज्ञानदेव म्हणतात, मनाचा निर्धार करून तू हरिनामाला धरून राहा. त्यामुळे परमेश्वराला तुझी दया येईल आणि तुझे आत्मकल्याण होईल. पुढील अभंगात हाच भाव प्रगट झाला आहे.

एकतत्त्व नाम दृढ धरीं मना ।

हरीसी करूणा येईल तुझी ॥१॥

तें नाम सोपेरे रामकृष्ण गोविंद ।

वाचेसी सद्गद जपें आधीं ॥२॥

नामापरतें तत्त्व नाहीरे अन्यथा ।

वायां आणिका पंथा जाशी झणी ॥३॥

ज्ञानदेवा मौन जपमाळ अंतरीं ।

धरोनि श्रीहरि जपे सदां ॥४॥

श्री रामदास स्वामींनी मनाचे श्लोक लिहिले आहे. स्वतःच्या मनाला उद्देशून रामदास स्वामी म्हणतात,

'मना सज्जना भक्तीपंथेची जावे, तरी श्रीहरी पाविजेतो स्वभावे.'

त्याचप्रमाणे श्री ज्ञानदेव मनाला म्हणतात - एकतत्त्व म्हणजे परमेश्वराचे नाम तू दृढपणे धरून रहा. कारण नाम साररूप आहे. मनाला नाम दृढ धरून रहा, असे श्री ज्ञानदेव का सांगतात ? तर मन

हे चंचल पाण्यासारखे आहे. एका अभंगात चंचल मनाची ज्ञानदेवांनी निंदा केली आहे.

या अभंगात 'एकतत्त्व' हा शब्द आला आहे. या शब्दाचा विचार करू या. कोणतेही तत्त्व हे नीती आणि सत्य या कसोटींना उतरते. त्याप्रमाणे भगवंत नाम हे नीती आणि सत्य कसोटीला धरून आहे. कारण नामस्मरण करावयाचे असेल तर नीतीपूर्ण जीवन जगावे लागते आणि सत्य म्हणजे ईश्वर हे नामस्मरणानी प्राप्त केले जाते. याविषयी श्री नामदेव म्हणतात.

नामा म्हणे तत्त्व नाम हेंचि साचें ।

हेंचि धरीं साचें येर वृथा ॥

वेदांची उत्पत्ती प्रणवापासून झाली आहे. 'तस्य वाचक प्रणवः' असे पतंजलीचे योगसूत्र आहे. ॐ जसे ईश्वराचे नाम आहे तसे पांडुरंग, राम, कृष्ण हे सर्व ईश्वराचे नाव आहेत. श्री नामदेव महाराज म्हणतात,

नामा म्हणे नाम ॐ काराचे मूळ । ब्रह्म तें केवळ वीटेवरी ॥

हरिचे दृढपणे चिंतन केले तर करुणासागर हरीकृपा करतो. काही लोकांना जगातील दुःखे, रोगराई, भूकबळी इत्यादी घटना पाहून, ईश्वर करुणामय आहे, हे त्यांना पटत नाही. यासंबंधात वृत्तपत्रात वाचलेली एक गोष्ट आठवते.

एका कटिंग सलूनमध्ये गिऱ्हाईक आणि दुकानदार यामध्ये वाद चालला असतो. दुकानदार कटिंग करता करता गिऱ्हाईकाला

म्हणतो, "ईश्वर दयाळु असता तर या जगात गरिबी, रोगराई, भूकबळी आदी घटना घडल्या नसत्या." गिऱ्हाईक यावर उत्तर देतो. परंतु दुकानदाराचे समाधान होत नाही. कटींग झाल्यावर गिऱ्हाईक पैसे देऊन बाहेर जातो.

थोड्यावेळाने गिऱ्हाईक परत दुकानात येतो आणि दुकानदाराला म्हणतो, "तुम्ही तुमच्या व्यवसायाचे काम बरोबर करीत नाही" संतापाने दुकानदार बोलला "तुम्ही हे कसे म्हणता? मी तुमची कटिंग बरोबर केली आहे." त्यावर गिऱ्हाईकाने दुकानदाराला दुकानाच्या बाहेर रस्त्यावर बसलेल्या माणसाला दाखविले आणि म्हणाला "या गृहस्थाची दाढी, कटिंग वाढलेली असताना याची कटिंग, दाढी तुम्ही कां केली नाही?" आश्चर्यचकित होऊन दुकानदार उत्तरला "अहो तो माझ्या दुकानात आला नाही आणि मला विनंती केली नाही म्हणून मी माझे कर्म केले नाही."

हसत हसत गिऱ्हाईक म्हणाला "याच न्यायाने जगात जे गरीब, दुःखी लोक आहे ते ईश्वराची नामस्मरणाद्वारे आठवण करीत नाही. साहजिकच ईश्वर त्यांच्यावर दया कशी करेल?"

संत तुकाराम महाराज म्हणतात, अनन्य भक्तांवर हरीकृपा जरूर करतो.

कृपावंत किती ।

दीन बहु आवडती ॥

तसेच संत एकनाथ महाराज सांगतात,

भक्ताची अणुमात्र व्यथा ।

क्षण एक न साहवे भगवंता ॥

हरीचे एक नांव अनंता आहे आणि अनंताची अनन्य भक्तांवर कृपा अनंत असते. नामस्मरण हे अतिशय सोपे साधन आहे. म्हणून

ज्ञानदेव म्हणतात –

तें नाम सोपेरें रामकृष्ण गोविंद । वाचेसी सद्गद जपें आधीं ॥

भगवंत प्राप्तीच्या इतर साधनापेक्षा नामस्मरण कसे सोपे आहे याचा विचार करू. इतर परमेश्वर प्राप्तीचे मार्ग कठीण आहे. जसे-

भजन : भजने गाण्यासाठी गोड गळा हवा. तसेच वाद्य वाजविण्यासाठी साथीदार हवेत. थोडक्यात परावलंबीत्व!

कीर्तन : विविध शास्त्रांचा व्यासंग हवा. ज्या साधकांचा शास्त्रांचा व्यासंग नाही, ते कीर्तन करू शकत नाही.

ध्यान : चांगले साधन पण ध्यान होण्यासाठी वृत्ती निरोध व्हायला हवा. वृत्ती निरोध होणे अवघड आहे.

स्तोत्र पठण : स्तोत्रांचे पाठांतर हवे. संत गोंदवलेकर महाराज म्हणत असत स्तोत्रपठण म्हणजे भगवंताशी पत्र भेट.

नामस्मरण : अत्यंत सोपे साधन आणि दिवसभर स्वस्थ बसले असता अथवा काम करीत असता केव्हाही भगवंताचे नाम घेता येते.

तेव्हा नामापेक्षा अन्य तत्त्व किंवा मार्ग श्रेष्ठ नाही. यासाठी ज्ञानदेव सांगतात की इतर मार्गांचा अवलंब न करता केवळ नामस्मरणाने ईश्वर प्राप्त करा.

नाम घेणे सोपे असले तरी ते घेण्यात आर्त भाव हवा. भगवंताविषयी प्रेम हवे. नाम घेताना वाणी सद्गदित झाली पाहिजे. फुल जसे आंतून उमलते तसे अष्टसात्त्विक भाव उमलले पाहिजे. भक्त कान्होपात्राच्या हृदयातील आर्त भाव त्यांच्या अभंगात दिसून येतो.

नको देवराया अंत आता पाहू ।
प्राण हा सर्वथा जावो पाहे ॥

तूजवीण ठाव न दिसे त्रिभुवनी ।

धाव वो जननी विठाबाई ॥

मोकोलोनी आस जाहले उदास ।

घेई कान्होपात्रेस हृदयात ।

नको देवराया...

कान्होपात्रासारखा आर्त भाव भगवंताला भावतो. मात्र आजकाल बरेच लोक नवरात्र वा अन्य उत्सवात भक्तीचे थाटामाटात प्रदर्शन करतात. देवी किंवा देवाला सुंदर देव्हाऱ्यात बसवितात. विद्युत दिव्यांची नयनमनोहर आरास करतात. सुगंधी धूपाचा घमघमाट करतात. कर्णकटू भक्तिगीतें लाऊडस्पिकरवर चालू ठेवतात. मात्र हृदयापासून भगवंताचे नामस्मरण करीत नाही. त्यांनी भगवंत व भक्ताचे नाते हृदयातून जपले पाहिजे. एक हिंदी कवी म्हणतो,

रिश्ता वो नही होता जो

दुनिया को दिखाया जाता है।

रिश्ता वह होता है, जिसे

दिल से निभाया जाता है ॥

शेवटच्या चरणात ज्ञानदेव सांगतात की 'ज्ञानदेवा मौन जपमाळ अंतरी । धरोनी श्रीहरी जपे सदा' ।

श्री ज्ञानदेव सांगतात मौन धरून म्हणजे जीवनात अत्यंत जरूरी पुरते बोलून, भगवंत आहे या भावनेने मानसिक जप सतत करणे. जपाचे तीन प्रकार आहे.

वाचिक जप : मुखाने उच्च आवाजात जप करणे.

उपांशु जप : ओठातल्या ओठात जप करणे. हा जप केवळ जप करणाऱ्याला ऐकू येतो. इतरांना नाही. उपांशु जपाचे फळ वाचिक

जपापेक्षा सहस्रपटीने जास्त असते.

मानसिक जप : मनातल्या मनात जप करणे. मानसिक जपाचे फळ उपांशु जपापेक्षा सहस्रपटीने जास्त असते.

श्री ज्ञानदेवांनी मानसिक जप केला तसा तो आपल्यालाही साधावा अशी ज्ञानदेवाच्या चरणी प्रार्थना.

卐

अभंग सत्तावीसावा (पूर्वार्ध)

सर्वसुखगोडी साही शास्त्रें निवडी

इटली देशात संत फ्रान्सिसी यांच्याजवळ एक युवक सत्संग करण्यासाठी आला. संत फ्रान्सिसी यांनी युवकाला त्याचा परिचय विचारला. आपले नाव सांगून तो युवक म्हणाला माझे कुटुंब एक आदर्श कुटुंब आहे आणि कुटुंबातील प्रेमळ व्यवहारामुळे मी संतुष्ट असल्यामुळे मला ईश्वर आराधना, प्रार्थना इत्यादीची गरज वाटत नाही.

संत फ्रान्सिसी यांनी त्या युवकाला उपदेश केला की, कर्तव्य म्हणून आई, वडील, पत्नी यांचे पालनपोषणाचे कार्य करावे. परंतु त्यांच्या मोहपाशात सापडून ईश्वर आराधना त्याज्य करू नये.

संत फ्रान्सिसी यांचा उपदेश युवकाला पटला नाही. तेव्हा संत फ्रान्सिसनी त्या युवकाला म्हटले तुला प्राणायाम करता येतो. मी सांगितल्याप्रमाणे उद्या तू प्राणवायू मस्तकात खेचून निश्चेष्ट पडून रहा. बाकी सर्व परिस्थिती मी सांभाळून घेतो.

दुसऱ्या दिवशी युवकाने तसेच केले. संत फ्रान्सिसी यांनी त्यांच्या सर्व नातेवाईकांना बोलाविले आणि हा युवक मृत झाला आहे, असे घोषित केले. युवकाचे सर्व नातेवाईक गंभीर होऊन शोक करू लागले.

संत फ्रान्सिसी त्यांच्या नातेवाईकांना सांत्वना देत म्हणाले, तुम्ही

शोक करू नका. मी एका वाटीत मंत्रयुक्त पाणी देतो. जी व्यक्ती पाणी पिईल ती व्यक्ती मृत होईल आणि हा युवक जिवंत होईल. बऱ्याच वेळपर्यंत त्या नातेवाईकांपैकी एकही व्यक्ती तयार झाली नाही. संध्याकाळच्या वेळी संत फ्रान्सिसी म्हणाले, तुम्ही कुणी हे मंत्रयुक्त पाणी प्यायले नसल्यामुळे आता मीच स्वतः हेच पाणी प्राशन करतो. एवढ्या वेळपर्यंत त्या युवकाची प्राणायाम क्रिया संपली आणि जागृत होऊन तो युवक म्हणाला "मला सांसारिक संबंधाची क्षणभुंगरता समजली आहे. मी आजपासून पारिवारिक उत्तरदायित्व कर्तव्य म्हणून करेन आणि उरलेला सर्व वेळ ईश्वर आराधना करीन."

श्री ज्ञानदेव सत्तावीस अभंगाच्या पूर्वार्धात सांगतात संसार मिथ्या असल्यामुळे सर्व शास्त्रांनी गौरविलेल्या हरिनामाला क्षणभरही सोडू नका. हाच भाव खालील अभंगात प्रगट झाला आहे.

सर्वसुखगोडी साही शास्त्रें निवडी ।

रिकामा अर्धघडी राहूं नको ॥१॥

लटिका व्यवहार सर्व हा संसार ।

वाया येरझार हरीवीण ॥२॥

नाममंत्र जप कोटि जाईल पाप ।

कृष्णनामीं संकल्प धरूनि राहें ॥३॥

पहिल्या चरणात सुख हा शब्द आला आहे. सर्वसामान्य मनुष्याला इंद्रियजनीत विषय प्राप्त झाला की सुख वाटते. शब्द, स्पर्श, रूप, रस, गंध या विषयापासून सुख वाटते. परंतु प्रत्येक माणसाची प्रकृती भिन्न असल्यामुळे एकाच विषयापासून वाटणारे सुख भिन्न असू शकते. उदाहरणार्थ शब्दापासून म्हणजे गाण्यापासून माणसाला सुख मिळते. हे खरे असले तरी कुणाला हृदयाला

भिडणारे करुणरसपर गीत आवडते. तर कुणाला तालमय आनंददायक गीत आवडते. बरे आवडणारे गीत एक किंवा दोन वेळ ऐकले तर चांगले वाटते. परंतु हेच गीत लागोपाठ तीन चार वेळ ऐकले तर कंटाळवाणे होते. इतकेच नव्हे तर तेच सुख कधी परिस्थितीवश नकोसे होते. जसे घरी सुतक असताना आवडीचे गाणेसुद्धा ऐकवत नाही. याचाच अर्थ सुख हे प्रकृती, दर्जा आणि परिस्थितीवर अवलंबून असते आणि कोणताही विषय मनुष्याला सातत्याने सुख देऊ शकत नाही. हीच गोष्ट स्पर्श, रूप, रस, गंध सुखाबाबत सत्य आहे. ज्ञानेश्वरीत भगवान श्रीकृष्ण अर्जुनाचे निमित्त करून सर्वसामान्य जनास हाच उपदेश करतात.

हे विषय तरी कैसे । रोहिणीचे जळ जैसें ।

कां स्वप्रींचा आभासे । भद्रजाती ॥

देखें ते अनित्य यापरि ।

म्हणूनी तूं अव्हेरी ।

हा सर्वथा संग न धरी । धनुर्धरा ॥

त्वचाविकार झालेल्या माणसाला खाजवले तर तात्कालीन सुख वाटते. परंतु जास्त खाजविले तर आग होऊन मनुष्य बेचैन होतो. तीच गोष्ट विषय सेवनाबाबत खरी ठरते. महाभारतात निचित्रवीर्य राजा दोन पत्नीबाबत अती आसक्त असल्यामुळे क्षय रोगी होऊन अल्पायु झाला. तेव्हा भौतिक सुख किंवा विषयसुखाला खरे सुख म्हणत नाही. परमात्मा प्राप्तीच्या सुखाला खरे सुख म्हणतात. श्री ज्ञानदेव म्हणतात-

सर्व सुखाचे आगर । बाप रखमादेवीवर... ॥

ज्ञानदेव जे सांगतात तेच विवेकानंद सांगतात. विवेकानंद अमेरिकेत असतानाची गोष्ट आहे. विवेकानंदाच्या प्रभावी भाषणामुळे

त्यांच्या सभा मंत्रमुग्ध होत असत. एकदा सभा संपल्यानंतर काही तरुण विवेकानंदाना म्हणाले की, प्रभावी भाषणाद्वारे तुम्ही आम्हाला हिप्नोटाईज (Hypnotise) म्हणजे संमोहित करीत आहात. त्यावर प्रतिवाद करीत श्री विवेकानंद म्हणाले तुम्ही अमेरिकन लोक पैसा आणि भोग यांनी संमोहित झाला आहात. मी भाषणाद्वारे तुम्हाला डीहिप्नोटाईज (Dehypnotise) करीत आहे. मी तुम्हाला खऱ्या आध्यात्मिक सुखाबाबत जागृत करीत आहे.

पहिल्या चरणात ज्ञानदेव हेच सांगतात. सहा शास्त्रांनी एकमुखाने भगवंताचे नाम सर्वात सुखकारक सांगितले आहे. तेव्हा हे मानवा भगवंताचे पावन नाम घेतल्याशिवाय तू अर्धघडी रिकामा राहू नको.

ज्ञानदेव नामसाधनेविषयी 'रिकामा अर्धघडी राहूं नको' असे म्हणतात, या चरणातून साधनेची गती दर्शविली जाते. शास्त्रात तीन प्रकारच्या साधनेच्या गती सांगितल्या आहेत. .

(१) पक्षीगती (२) वानरगती (३) पिपीलिकागती

(१) पक्षीगती : पक्षी आकाशातून झेप घेऊन झाडाच्या फळावर चोच मारतो. फळ झाडापासून तुटून खाली पडते, आणि पक्षी ते फळ खाऊ शकत नाही. याप्रमाणे काही साधक गडबडीने अस्वस्थ चित्ताने साधना करतात आणि ईश्वर प्राप्तीचे फळ त्यांच्या हातून निसटून जाते.

(२) वानरगती : वानर झाडाचे फळ तोंडात धरून एका फांदीवरून दुसऱ्या फांदीवर उडी मारते. या घाईगडबडीत त्याच्या तोंडातील फळ खाली पडते. तसेच काही साधक आपल्या जीवनात ईश्वरप्राप्तीच्या आदर्शाला धरून ठेवतात. परंतु या गतीशील संसारात निरनिराळ्या प्रलोभनामुळे साधक त्याच्या आदर्शापासून च्युत होतो.

(३) पिपीलिकागती : पिपलिकाचा अर्थ मुंगी असा होतो. मुंगी साखरे सारख्या खाद्य वस्तूला तोंडात धरून हळूहळू मार्गक्रमण

करते. वारूळात जाईपर्यंत ती कुठेही थांबत नाही. नंतर ती खाद्यवस्तू खाते. याप्रमाणे साधकाने ईश्वरप्राप्तीसाठी निरंतर शांतपणे साधना केली पाहिजे. यथासमयी त्याला ईश्वर दर्शन होते.

काही हरिपाठात 'साही शास्त्रें निवडी' या ऐवजी 'सर्वशास्त्री निवडी' असा पाठभेद आढळतो. तेव्हा सर्वशास्त्रामधून गीता, भागवत यासारख्या भक्तीप्रधान शास्त्रांची निवड करावी. ज्यामुळे नामस्मरण करण्यासाठी वैचारिक बल नामसाधकाला प्राप्त होईल. दुसऱ्या चरणात ज्ञानदेव संसाराचे मिथ्यत्व सांगताना म्हणतात,

लटिका व्यवहार सर्व हा संसार ।

वाया येरझार हरीवीण ॥

लटिका या शब्दाचा अर्थ खोटा असा होतो. ज्ञानदेव जगताला लटिका म्हणजे खोटे असे का म्हणतात? पुष्कळ लोक असे समजतात की, जी वस्तू डोळ्यांनी दिसते ती सत्य आहे आणि हे जगत आम्ही डोळ्यांनी पाहतो म्हणून ते सत्य आहे. परंतु डोळ्यांनी दिसणाऱ्या सर्वच गोष्टी सत्य नसतात. उदाहरणार्थ मृगजळ किंवा अंधारात दोरी सापासारखी दिसते. सत्य वेगळेच असते.

सत्याची व्याख्या आहे की जी वस्तू भूतकाळ, वर्तमानकाळ आणि भविष्यकाळात बदलत नाही तीच वस्तू सत्य होय. या व्याख्येनुसार आपणाला आज दिसणारे झाड कालांतराने दिसत नाही. पावसाळ्यात धो धो वाहणारे नदी, नाले, उन्हाळ्यात दिसत नाही. आपल्याला सुख देणारी व्यक्ती, मृत्यूनंतर आपल्याला दिसत नाही.

केवळ ईश्वर हीच, भूत, वर्तमान आणि भविष्यकाळात राहणारी एकमात्र वस्तू आहे. म्हणून ती सत्य आहे. हाच भाव एकनाथी भागवतात संत एकनाथांनी व्यक्त केला आहे.

गुणा आदि मध्य अवसानीं । सृष्टी उत्पत्ती स्थिती निदानीं ।

जें असें अविनाशपाणीं । ते मी मानी संत्यत्वे ।

तेव्हा सत्याची प्राप्ती म्हणजे ईश्वराची प्राप्ती आणि ईश्वरप्राप्ती झाली की जन्म मरणाची येरझार संपते असे सर्व शास्त्रांचे सांगणे आहे.

तिसऱ्या चरणात ज्ञानदेव म्हणतात

नाममंत्र जप कोटि जाईल पाप ।

कृष्णनामीं संकल्प धरूनि राहें ॥

ज्ञानदेवांनी कोटी हा शब्द पहिल्या ओळीत अशा पद्धतीने योजला आहे की कोटी नामजप झाला तर पापांचे निरसन होईल किंवा दुसरा अर्थ असा होतो की नामजप झाला तर कोटी पापाचे क्षालन होईल.

इहलोकात मनुष्य जे काही दुःख भोगतो त्याला कारण पूर्वजन्मीचे पाप असते आणि या पापाचा नाश नामजपाने होतो. परंतु गंमत अशी असते की, मनुष्य नामजपाचा संकल्प करीत नाही. याचे कारण एका अभंगात ज्ञानदेव सांगतात.

आवडे ते वृत्ती किरीटी ।

आधीं मनौनीचि उठी ।

मग ते वाचा दिठी । करासी ये ॥

संसारात मानवाकडून जो संकल्प केला जातो, तो त्याच्या आवडणाऱ्या वृत्तीप्रमाणे असतो आणि वाचेने, दृष्टीने किंवा हाताने मनुष्य त्याप्रमाणे अनुकूल कृती करतो. साहजिकच भोगविषयक संकल्प जोपर्यंत होतील तोपर्यंत कृष्णनामाचा संकल्प जीवाकडून होत नाही. श्रीहरी प्राप्तीची तळमळ उत्कृष्ट असेल तर अखंड नामस्मरणाने पापांची निवृत्ती होऊन श्रीहरीची प्राप्ती होते. संत तुकाराम म्हणतात,

रामकृष्ण हरि मुकुंद मुरारी ।

मंत्र हा उच्चारी वेळोवेळी ।

येऊनी अंतरी राहील गोपाळ ।

सायासाचे फळ बैसलिया ॥

समुद्र हा सर्वांसाठी सारखाच आहे. काही जण समुद्रात जाऊन पाय ओले करतात तर काही त्यातून मासे काढतात. परंतु काही भाग्यवान त्यातून मोती वेचून काढतात.

त्याचप्रमाणे ईश्वर सर्वांसाठी सारखाच आहे. काहीजण केवळ त्याला मंदिरात मूर्तींच्या रूपात पाहतात. तर काही त्याच्या नावाने पोटभर प्रसाद खातात. परंतु काही भाग्यवान नामस्मरणाने ज्ञानदेवासारखे आपल्या हृदयात ईश्वराला धारण करतात. तेव्हा आनंदकंद हरी आपल्या अंतरात धारण करण्यासाठी हरिनाम उच्चारण्याचे सायास करू या.

हरिपाठाच्या २७ व्या अभंगात सहा चरण असल्यामुळे केवळ पूर्वार्धाच्या तीन चरणांचे विवेचन केले आहे. पुढील प्रकरणात उरलेल्या तीन चरणाचा अर्थ विस्तार बघुया.

ॐ

अभंग सत्तावीसावा (उत्तरार्ध)

निजवृत्ति काढीं सर्व माया तोडीं

एक व्यापारी दिवसभर व्यापार करून रात्री मौजमस्ती करीत असे. कुणी त्याला सांगितले की, परोपकार करावा किंवा दिवसातील काही वेळ हरिस्मरण करावे तर त्याला ही गोष्ट पटत नसे. कारण दुकानातील व्यापाराचा वेळ इतर कार्यात खर्च झाला तर तेवढाच पैसा कमी मिळेल, अशी त्याची धारणा होती.

एकदा त्याने एका कीर्तनकाराकडून ऐकले की, मरणाच्या पूर्वी काही वेळ भगवंताचे नाव घेतले तर त्याला मुक्ती मिळते. त्याला वाटले बरे झाले, आयुष्यभर हरिनामात वेळ फुकट कशाला घालवायचा! आयुष्यभर आपण चैन करू आणि मरणाच्या आधी १/२ तास हरिस्मरण करून मुक्त होऊ.

काळाच्या गतीप्रमाणे पुढे हा व्यापारी वृद्ध होऊन गंभीर आजारी झाला. मृत्यूच्या वेळी यमदूत आले व त्याला म्हणाले, तुझी या जगतातील वेळ संपली आहे. तू आमच्या बरोबर चल.

व्यापारी म्हणाला, "मी दहा मिनिटात माझ्या संपत्तीचे बायकापोरात वाटप करतो आणि अर्धा तास हरिस्मरण करतो. त्यानंतर मी तुमच्या बरोबर यायला तयार आहे. '

यमदूत म्हणाले, "आम्ही तुला वेळ देऊ शकत नाही." त्यावर व्यापारी म्हणाला, "माझी अर्धी संपत्ती तुम्ही घ्या. परंतु मला

थोडातरी वेळ द्या." यमदूतांनी त्याला नकार दिला. नंतर व्यापारी म्हणाला, "माझी संपूर्ण संपत्ती तुम्ही घ्या आणि नामस्मरणासाठी केवळ दहा मिनिटे द्या." यमदूतांनी त्याच्या विनंतीकडे दुर्लक्ष करून त्याला मृत्युलोकात घेऊन गेले. तसेच भोगासाठी केलेल्या पापामुळे पुढील जन्मी तो नीच योनीला प्राप्त झाला.

श्री ज्ञानदेव म्हणतात, इंद्रियाद्वारे मिळणारे विविध भोग भोगण्याची माणसाची वृत्ती असते. ही आसक्ती कमी केल्याशिवाय हरिपाठ होणार नाही आणि मानवाला जीवनात सहज समाधीचे सुख भोगता येणार नाही. खालील अभंगात हाच भाव प्रगट झाला आहे.

निजवृत्ति काढीं सर्व माया तोडीं ।

इंद्रियां सवडी लपों नको ॥१॥

तीर्थव्रतीं भाव धरीरे करूणा ।

शांति दया पाहुणा हरि करीं ॥२॥

ज्ञानदेवा प्रमाण निवृत्तिदेवीं ज्ञान ।

समाधि संजीवन हरिपाठ ॥३॥

निजवृत्ती शब्दाचा अर्थ स्वतःच्या देहाच्या इंद्रियांना तृप्त करणाऱ्या भोगवृत्ती. या वृत्तीमुळे सामान्य जीव नव्हेतर ज्ञानी पंडितदेखील संसाराच्या या मोहमायेत गुरफटलेले असतात.

शास्त्र असे सांगते की, मनाच्या अकरा वृत्ती आहेत. पाच कर्मेंद्रियें, पाच ज्ञानेंद्रिये आणि अहंकार मिळून अकरा वृत्ती होतात. पुढे या अकरा वृत्ती आणि मानवी संस्कार, स्वभाव, विषय, कर्म व काळ यांच्या संयोगाने हजारो वृत्ती निर्माण होतात. या असंख्य वृत्ती शब्द, स्पर्श, गंध, रस, रूप या विषयांच्या रूपाने इंद्रिय सुख मिळवतात. इंद्रियजनित सुख अनित्य असल्यामुळे एका सुखाकडून दुसऱ्या सुखाकडे मानवी मनाची धाव सतत चालू असते. म्हणून

ज्ञानदेव म्हणतात. 'निजवृत्ति काढीं'

पहिल्या चरणात 'माया' हा शब्द आला आहे. माया शब्दाचा एक अर्थ आसक्ती होतो. ही आसक्ती देह, कुटुंबीय, धनसंपदा, मित्र इत्यादी संबंधित असते.

आजच्या काळात सर्वात मोठी आसक्ती धनसंपदेची असते. असंख्य भोगांच्या पूर्तीसाठी धनसंपदा हवी म्हणून या कलीयुगात स्त्री, पुरुष जीवनातील जास्त वेळ पैसे कमविण्यासाठी खर्च करतात. पैसा हे साधन आहे. साध्य नाही. याचा बहुतांश लोकांना लेखाच्या सुरुवातीच्या कथेतील व्यापाऱ्याप्रमाणे विसर पडला असतो. सर्व संपत्ती शेवटी इथेच पृथ्वीतलावर सोडून द्यावी लागते. यावर कटू भाष्य करतांना कवी म्हणतो-

ना कफन में जेब है,

ना कब्र में अलमारी ।

और मौत के फरिश्ते,

रिश्वत भी नही लेते ॥

समाजात एखादी व्यक्ती वैध-अवैध मार्गाने संपत्ती जमविते. तेव्हा या व्यक्तीने बरीच माया (धनसंपत्ती) जमविली, असे म्हणतात. याही मायेचा त्याग परमार्थात हवा. जगातील सर्व व्यवहार मायेवर म्हणजे आसक्ती व धनसंपदेवर चालतात पण, त्यामागचे खरे कारण मानवाला आपल्या विविध इंद्रियांची तृप्ती करावयाची असते. एका अभंगात संत एकनाथ म्हणतात-

जिव्हां रसाकडे ओढी ।

तृष्णा प्राशनलागी तोडी ।

शिश्नासी रतीसुखाची गोडी ।

ते चरफडी रमावया ॥

सर्व संताचे हेच सांगणे आहे की, इंद्रिय नियमन केल्याशिवाय कोणतेही आध्यात्मिक साधन फलदायी होत नाही. हेच ज्ञानदेव पहिल्या चरणात सांगत आहे. 'इंद्रिया सवडी लपों नको.' मानवाला प्रश्न पडतो, इंद्रिये बलवान आहे. याचे नियमन कसे करावे ? श्री ज्ञानदेव सांगतात, यासाठी अनेक तीर्थयात्रा कराव्यात. तसेच काही व्रतांचे आचरण करावे. मात्र या तीर्थयात्रेचा किंवा व्रतपालनांचा उद्देश सांसारिक कामनांची पूर्ती नसावा. तीर्थयात्रेत साधूंचा सहवास लाभतो आणि त्यांच्या सत्संगाने भगवंताविषयी प्रेम निर्माण होते. तीर्थे दोन प्रकारची आहेत. भूमीवरील तीर्थस्थाने जशी प्रयाग, पुष्कर इत्यादी.

दुसरी तीर्थे आहेत मानसतीर्थ. महाभारतात भीष्मांनी मानसतीर्थांचे महात्म्य सांगितले आहे. सत्य, इंद्रियनिग्रह, भूतदया, दान, ब्रह्मचर्य, तप ही मानसतीर्थे आहेत. या मानसतीर्थांच्या आचरणाने मनाची शुद्धी होते.

इतर सर्व व्रतापेक्षा एकादशी हे व्रत वारकरी लोकांत आणि समाजात लोकप्रिय आहे. ईश्वराचा साक्षात्कार मानवाला सहजासहजी होत नाही. ईश्वराला पाहुणा म्हणून यावे यासाठी साधकाने शांती, दया, करुणा या गुणांचा अंगिकार केला पाहिजे. साधकाने शांती, दया, करुणा या गुणांचा अंगिकार करणे तेव्हाच शक्य होईल जेव्हा काम, क्रोध, मद, मत्सर, लोभ व अहंकार या षडरिपूंचा साधक त्याग करील. घर सुगंधी होण्यासाठी, घरातल्या दुर्गंधीचे साम्राज्य हटणे आवश्यक असते. विहिरीचे पाणी स्वच्छ, शुद्ध हवे असेल तर विहिरीतील गाळ उपसणे आवश्यक असते. तेव्हा षडरिपूंचा त्याग करून शांती, दया, करुणा गुणांचा अंगिकार करण्यास काय केले पाहिजे? हे दुर्लभ गुण जीवनात येण्यासाठी साधकाने जीवनात संत गोरोबा यांच्या अभंगातील उपदेशाप्रमाणे वाटचाल करावी. मानवाने ईश्वराला जीवनात केंद्रबिंदू समजावे. संत

गोरोबा म्हणतात-

तुझे रुप चित्ती राहो। मुखी तुझे नाम ।

देह प्रपंचाचा दास। सुखे करो काम ॥

शेवटच्या चरणाने ज्ञानदेव म्हणतात-

ज्ञानदेवा प्रमाण निवृत्तिदेवीं ज्ञान ।

समाधि संजीवन हरिपाठ ॥

या चरणात ज्ञानदेवांनी हरिपाठ रचनेचे सूत्र व फळ सांगितले आहे. निवृत्तीनाथांनी ज्ञानदेवांना नामसाधनेचे तत्त्वज्ञान आणि उपासना सांगितली. गुरुउपदेशानुसार ज्ञानदेवांनी स्वतः साधना करून अनुभव घेतला आणि या अध्यात्मविद्येला काव्यात हरिपाठ रूपाने जनतेसमोर सादर केले.

हरिपाठ आवडीने वाचला, त्याचे चिंतन मनन केले तर साधकाला नामस्मरणाची गोडी लागते. काही कालांतराने अखंड नामस्मरण होते साधक जीवनातले सर्व व्यवहार, कर्मे हरीला अर्पण करतो. श्री शंकराचार्यांनी म्हटल्याप्रमाणे 'यद यद कर्म करोमि तत् तद् अखिल शंभो तव आराधनम्' हे त्याच्या जीवनाचे व्यवहार सूत्र होते. त्यामुळे तो देवाचा आवडता भक्त होतो.

संजीवन शब्दाची फोड सं+जीवन अशी होते. संपूर्ण जीवन व्यापणारी समाधी हरिपाठामुळे साधकाला लाभते.

योगमार्गात डोळे मिटून ध्यान करताना योग्याला समाधी अवस्था लाभते. परंतु व्युत्थानानंतर तो योगी परत जागृत अवस्थेत येतो आणि जागृतावस्थेत समाधीत प्राप्त झालेली शांतीची अवस्था टिकवून ठेवणे अवघड जाते. परंतु, अखंड हरिपाठाच्या साधनेने, संजीवन समाधी लाभते, असे ज्ञानदेव सांगतात. हाच अनुभव इतर संतांचा आहे. संत चोखामेळा सांगतात-

अखंड समाधि होऊन ठेले मन ।

गेले देहभान विसरोनी ।

चालता बोलता न मोडे समाधि ।

मूळ आंतरशुद्धि कारण हे ।

चोखा म्हणे ऐसा समाधि सोहळा ।

जाणे तो विरळा लाखामाजी ॥

समाधी संजीवन प्राप्त झाली की उत्स्फूर्त अखंड आनंदाची प्राप्ती साधकास होते.

सर्व जनांची वाटचाल संजीवन समाधीकडे व्हावी अशी माऊलीच्या चरणी मी विनम्र प्रार्थना करतो. हरि ॐ

संदर्भ ग्रंथ

१) गीता - गीता प्रेस गोरखपूर

२) ज्ञानेश्वरी - श्री नाना महाराज साखरे

३) सार्थ श्री तुकाराम गाथा - श्री विष्णुबुवा जोग

४) हरिपाठ विवरण - ह.भ.प. धुंडामहाराज देगलूरकर

५) हरिपाठ रहस्य - वेदान्तकेसरी बाबाजी महाराज पंडित

६) श्री ज्ञानदेवकृत हरिपाठ विवरण - श्री चं. वा. दांडेकर

७) श्री ज्ञानदेवांचा हरिपाठ (सार्थ) - श्री के.वि. बेलसरे

८) दीपें दीपु लाविला - श्री मिलिंद लिमये

९) श्री ब्रह्मचैतन्य महाराज गोंदवलेकर यांचे प्रवचनसार - श्री दिलीप अंबिके

१०) हरि मुखे म्हणा - माधुरी तानवडे - कुलकर्णी

११) श्री ज्ञानेश्वरी सुलभ गद्य रूपांतर - वै.ह.भ.प. केशवमहाराज देशमुख